நான் ரம்யாவாக இருக்கிறேன்

தமிழ்மகன்

விலை : ரூ.200/-

மின்னங்காடி

பதிப்பக வெளியீடு - 9

நான் ரம்யாவாக இருக்கிறேன் / நாவல்

ஆசிரியர்	: தமிழ்மகன் ©
முதல் பதிப்பு	: 2018
இரண்டாம் பதிப்பு	: 2021
வெளியீடு	: மின்னங்காடி பதிப்பகம்
	24, அண்ணா 3-வது குறுக்குத் தெரு,
	அவ்வை நகர், பாடி, சென்னை - 50.

Rs.200/-

Naan Ramyavaga Irukiren / Novel

Author	: Tamilmagan ©
First Edition	: 2018
Second Edition	: 2021
Published by	: Minnangadi Publications
	24, Anna 3rd Cross Street,
	Avvai Nagar, Padi, Chennai - 50
Website	: www.minnangadi.com
Mail	: writertamilmagan@gmail.com
Phone	: 72992 41264

ISBN : 978-81-953318-9-5

ஆசிரியர் குறிப்பு

பிறப்பு, படிப்பு, பணி

- தமிழ்மகன் என்கிற பா.வெங்கடேசன் சென்னையில் 1964-ல் பிறந்தவர்.
- படிப்பு; B.Sc., M.A. மாநிலக் கல்லூரி, சென்னைப் பல்கலைக்கழகம்.
- 1989 தொடங்கி போலீஸ் செய்தி, தமிழன் நாளிதழ், வண்ணத்திரை, தினமணி, குமுதம், குங்குமம், ஆனந்த விகடன் இதழ்களில் 2019 வரை பணியாற்றியவர்.
- மாநிலக் கல்லூரியில் படித்தபோது 'பூமிக்குப் புரியவைப்போம்', 'ஆறறிவு மரங்கள்' என இரண்டு கவிதைத் தொகுதிகள் வெளியாகின.
- இளைஞர் ஆண்டையொட்டி, 1984-ல் டி.வி.எஸ். நிறுவனமும் இதயம் பேசுகிறது இதழும் இணைந்து நடத்திய போட்டியில் இவரது வெள்ளை நிறத்தில் ஒரு காதல் புதினம் முதல் பரிசு பெற்றது. இதயம் பேசிறது இதழில் தொடராக வெளியானது. அரசியல் விமர்சகர் சின்னக்குத்தூசி தேர்வு செய்தார். இதுவும் கல்லூரி படிக்கும்போதே நிகழ்ந்தது. பேராசிரியர்கள் இரா.இளவரசு, கவிஞர் மு.மேத்தா, பொன். செல்வகணபதி, இ.மறைமலை, பி.சிவகுமார் போன்றோர் ஆசிரியர்களாக – வழிகாட்டிகளாக- அமைந்தனர்.

விருதுகள்

- 1984-ல் இதயம் பேசுகிறது - டி.வி.எஸ் நிறுவனம் நடத்திய போட்டியில் வெள்ளை நிறத்தில் ஒரு காதல் நாவலுக்கு விருது.
- மொத்தத்தில் சுமாரான வாரம் குறுநாவல் தி.ஜானகிராமன் நினைவு போட்டியில் தேர்வு செய்யப்பட்டது. 1986-ல் தேர்வு செய்தவர் எழுத்தாளர் அசோகமித்திரன்.
- இவர் எழுதிய மானுடப் பண்ணை நாவல் 1996இல் தமிழக அரசின் விருது பெற்றது.
- எட்டாயிரம் தலைமுறை சிறுகதைத் தொகுப்பு 2008-ம் ஆண்டுக்கான தமிழக அரசின் விருது பெற்றது.
- எழுத்தாளர் சுஜாதா நினைவு அறிவியல் புனைகதை விருது (2008).
- வெட்டுப்புலி நாவல் (2009) கோவை ரங்கம்மாள் நினைவு விருது, ஜெயந்தன் அறக்கட்டளை விருது பெற்றது.

- ஆண்பால் பெண்பால் நாவலுக்கு (2011) விகடன் விருதும் ஜி.எஸ். மணி நினைவு விருதும் கிடைத்துள்ளன.
- வனசாட்சி நாவல் (2012) சுஜாதா அறக்கட்டளை விருது, மலைச்சொல் விருதுகள், அமுதன் அடிகள் விருது ஆகியன பெற்றது.
- வேங்கை நங்கூரத்தின் ஜீன் குறிப்புகள் நாவலுக்கு கனடா இலக்கியத் தோட்ட புனைவு இலைக்கிய விருது (2017) பெற்றார்.
- திராவிடர் கழகத்தின் பெரியார் விருது (2014), விஜய் டி.வி நீயா? நானா? வழங்கிய இலக்கிய விருது (2016) உள்ளிட்ட பல விருதுகள் பெற்றவர்.
- படைவீடு நாவல் (2021) வென்றுமண்கொண்டார் விருது, சௌமா விருது, வள்ளுவப் பண்பாட்டு விருது, உலகத் தமிழ்ப் பண்பாட்டு மையம் விருது, மலேசிய அமைப்பான டான் ஸ்ரீ கே.ஆர்.சோமா மொழி இலக்கிய அறவாரியம் நடத்திய சர்வ தேசப் போட்டியில் விருது ஆகியன பெற்றது.
- தென்னிந்தியப் புத்தகக் காட்சி வழங்கும் நாவலுக்கான கலைஞர் பொற்கிழி விருது (2024) பெற்றவர்.

எழுதிய நூல்கள்

- பூமிக்குப் புரியவைப்போம், ஆறறிவு மரங்கள் இரண்டும் கவிதைத் தொகுப்புகள்.
- வெள்ளை நிறத்தில் ஒரு காதல் (1984), மானுடப் பண்ணை நாவல் (1996), சொல்லித் தந்த பூமி (1997), ஏவி. எம். ஸ்டூடியோ ஏழாவது தளம் (2007), வெட்டுப்புலி (2009), ஆண்பால் பெண்பால் (2011), வனசாட்சி (2012), ஆபரேஷன் நோவா (2014), தாரகை (2016), நான் ரம்யாவாக இருக்கிறேன் (2018), படைவீடு (2020), பிரம்மராட்சஷ் (2021), ஞாலம் (2024) ஆகியவை இவரது நாவல்கள்.
- எட்டாயிரம் தலைமுறை (2008), மீன்மலர் (2008), அமரர் சுஜாதா (2013), மஞ்சு அக்காவின் மூன்று முகங்கள் (2014), சாலை ஓரத்திலே வேலையற்றதுகள் (2021), தமிழ்மகன் 100 சிறுகதைகள் இவரது சிறுகதைத் தொகுப்புகள்.
- இவருடைய நூல்கள் பலவும் முனைவர் பட்டத்துக்கும் ஆய்வு பட்டயங்களுக்கும் எடுத்தாளப்பட்டுள்ளன. கல்லூரிகளில் பாடமாக வைக்கப்பட்டுள்ளன.

- திரைப் பிரமுகர்கள் பற்றிய அரிய செய்திகளைச் சொல்லும் செல்லுலாயிட் சித்திரங்கள் (திரை) (2009), நூற்றாண்டு கண்ட தமிழ்ச் சிறுகதைகளை அறிமுகப்படுத்தும் தமிழ்ச் சிறுகதைக் களஞ்சியம் - (2013) ஆகிய கட்டுரைத் தொகுப்புகளும் இவர் படைப்புகள். சென்னையின் வரலாற்றை மெட்ராஸ் நல்ல மெட்ராஸ் (2016) என்ற பெயரில் எழுதியிருக்கிறார். விகடன் இணைய இதழில் வெளிவந்து பெரும் வரவேற்பைப் பெற்றது.

- ஆனந்த விகடனில் வெளியான ஆபரேஷன் நோவா (2014), ஜூனியர் விகடனில் வெளியான 'நான் ரம்யாவாக இருக்கிறேன்' (2018) ஆகிய அறிவியல் புனைகதைகள் பெரும் வாசக வரவேற்பைப் பெற்றன. திரையுலகைப் பின்னணியாகக் கொண்டு தாரகை என்ற நாவலை எழுதியுள்ளார்.

திரைத்துறை பணிகள்

- உள்ளக்கடத்தல், ரசிகர் மன்றம், பீட்ஸா மம்மி -3, கொற்றவை உள்ளிட்ட திரைப்படங்களுக்கு வசனம் எழுதியுள்ளார். நான் ரம்யாவாக இருக்கிறேன், ஆபரேஷன் நோவா நாவல்கள் சினிமாவுக்காக ஒப்பந்தமாகியுள்ளன.

குடும்பம்

தந்தை க.பாலகிருஷ்ணன் - தாய் பார்வதி. மனைவி திலகவதி.

மகன் மாக்ஸிம் - மருமகள் த.சந்தியா. பேத்தி அகல்விழி.

மகள் அஞ்சலி - மருமகன் ஸ்ரீதர். பேரன்கள் அதியமான், அகிலன்.

தொடர்புக்கு:

writertamilmagan@gmail.com

7824049160

1

ஒவ்வொருவரிடம் கைகுலுக்கி அறிமுகம் செய்துகொண்டு வந்தாள் அவள். "ஐ'ம் ரம்யா." கிளிபோல அனைவரிடமும் அதையே சொன்னாள். கூடவே ஒரு புன்னகை வெகுமதி. தன் கையைக் குலுக்கும்போது ஏதாவது வித்தியாசமாகப் பேசி, அவள் மனதில் இடம் பிடித்துவிட வேண்டும் என வினோத் நினைத்தான். இன்னும் இரண்டு இருக்கை தூரம்தான்.

திருத்தமாக, அழகாக இருந்தாள். கண்ணுக்கு மை, நடுவகிடு, நெற்றியிலே குங்குமத்துக்குக் கீழே சந்தனக் கீற்று, ஜிமிக்கி கம்மல்... எனப் போன தலைமுறை அலங்காரம் மட்டும்தான் குறை. முகம் அடுத்த தலைமுறைக்கானது. இந்த முரட்டுத்தனமான வித்தியாசம் ஒருவகையில் கிளர்ச்சியூட்டுவதாக இருந்தது. சல்வார் கம்மீஸ் அவளுக்குக் குழந்தைத் தோற்றத்தையே தந்தது.

"ஐ'ம் ரம்யா."

"வினோத்... ஓ! வாட் அ சில்! ஃப்ரிட்ஜுக்குள்ள இருந்து வர்றீங்களா?" எனக் குலுக்கிய கையை உதறினான்.

"என்னாச்சு?"

"ஐஸ் போல இருக்கு."

"நீங்க சொன்னதா?" என்றாள் எதிர்பாராத தருணத்தில்.

ஒரு புன்னகைக்குப் பிறகு, அடுத்த இருக்கை பரந்தாமனை நோக்கிப் போனாள். அது மைக்ரோ ஆபீஸ். மொத்தமே 19 பேர்தான். முதலாளி, மேனேஜர், அனிமேட்டர், டிசைனர், அட்டெண்டர்

எனச் சின்னக் குழு. ஒரு கட்டடத்தின் முதல் மாடியின் முழுத் தளத்தையும் வாடகைக்கு எடுத்திருந்தார் முத்துராஜா. 34 வயதே ஆன இளம் முதலாளி. அனிமேஷன் துறையில் சாதிக்க வேண்டும் என்ற ஆர்வம் உள்ளவர். இந்த 19 பேரில் யாராவது ஒருவர் விலகினால்தான், புதிதாக யாராவது வேலைக்குச் சேர வேண்டும் என்ற கொள்கை வைத்திருப்பவர். போன மாதம் விலகிய ராஜ்குமாருக்குப் பதில் இப்போது ரம்யா. யார் புதிதாகச் சேர்ந்தாலும் அனைவரிடமும் கைகுலுக்கி அறிமுகம் செய்துகொள்ள வேண்டும் என்பது அவருடைய இன்னொரு கொள்கை. மற்ற கொள்கைகளை அவ்வப்போது சொல்கிறேன்.

அறிமுகப்படலம் முடிந்ததும் முத்துராஜா வந்தார்.

"ரம்யா இதற்கு முன்னாடி பெங்களூர் கூல்டூன்ஸ்ல இருந்தவங்க. அனிமேஷன் கேம்ல நிறைய அனுபவம் இருக்கு. இன்ட்ராக்டிவ் கேம்ஸ்ல எக்ஸ்பெர்ட். 'ஃபார்ம்வில்லி' மாதிரி நிறைய கேம்ஸ்ல வொர்க் பண்ணியிருக்காங்க. நாம இப்ப எடுத்திருக்கிற 'பொன்னியின் செல்வன்' இன்ட்ராக்டிவ் ஸ்டோரி கேம்ல அவங்களுக்கு சீஃப் அனிமேட்டர் போஸ்ட். எல்லோரும் கோ ஆப்பரேட் பண்ணினா அடுத்த வருஷத்துல முதல் பாகம் முடிச்சுடலாம். என்ன சொல்றீங்க?" என்றார் மௌனம் கலைக்கும் விதமாக.

"ஷ்யூர் சார்!" என்றனர் மொத்தமாக.

முத்துராஜா தம்ஸ் அப் காட்டிவிட்டு, கண்ணாடிச் சுவரால் ஆன அறைக்குள் போய் அமர்ந்தார். சற்று நேரத்தில் ஒரு இன் ஹவுஸ் மெயில். ரம்யாவிடமிருந்துதான். '12 மணிக்கு மீட்டிங் ஹாலுக்கு வரவும்.' முதலாளி, காசாளர், மேலாளர், உதவியாளர்... இந்த நான்கு பேரைத் தவிர அனைவரையும் அழைத்திருந்தாள். மணி 11.25. வெளியே போய் டீயும் தம்மும் போட்டுவிட்டு வந்து அமரலாமா என வினோத் நினைத்தான். ஒருவேளை அவளுக்கு சிகரெட் வாசம் பிடிக்காமல் போனால்? வினோத்துக்கு, அவளைத் தன் வழிக்குக் கொண்டு வந்துவிட முடியும் என பித்ருக்கள் வாக்காக உள்ளே ஒலித்தது. பழைமையும் புதுமையும் கலந்த கலவையாகக் கவரும் அவளைக் காதலிக்கலாமா, கல்யாணம் செய்து கொள்ளலாமா என மன நாணயத்தைச் சுண்டிவிட்டான். கல்யாணம்!

நீள் கோளமான அந்த மேசையின் ஒரு கூர் பகுதியில் அவள் இருந்தாள். பவர் பாயின்ட் பிரசன்டேஷனுக்கான ஆயத்தங்கள் இருந்தன.

"தமிழ்ல பல லட்சம் பிரதிகள் விற்ற ஒரே நாவல் இதுதான்.

பொன்னியின் செல்வன். மக்களுக்கு இதன் மேல இருக்கிற கிரேஸ் ஒவ்வொரு வருஷமும் அதிகமாகிட்டே இருக்கு. முதல் பாகம், புதுவெள்ளம். இதை முடிக்க நமக்கு ஒரு வருஷம்தான் டைம். ஆடித் திருநாள்ல இருந்து மாய மோகினி வரைக்கும் 57 அத்தியாயங்கள். இதெல்லாம் உங்களுக்குத் தெரிஞ்சிருக்கும். ஒரு வருஷமா இந்த வேலையாத்தான் இருந்திருக்கீங்க. ஆனா, அதை எப்படி ஷெட்யூல் பண்ணி முடிக்கலாம்னு திட்டமிடணும். மெயின் கேரக்டர் அத்தனையையும் நீங்க ரெடி பண்ணியாச்சுன்னு எம்.டி சொன்னார். ஒவ்வொரு சேப்டரையும் விளையாடி ஜெயிச்சாதான் அடுத்த அத்தியாயத்துக்குப் போகமுடியும். அதுதான் இந்த கேம்ல சேலஞ்ச்."

"புது வெள்ளம், விண்ணகரக் கோயில் ரெண்டும் ஆல்மோஸ்ட் முடிஞ்சுருச்சு." வினோத் சொன்னான்.

"பார்த்தேன். இன்னும் 55 சேப்டர்ஸ். நம்ம கையில இருப்பது 365 நாள்கள். வினோத், நீங்கதான் ஷெட்யூல் பிரிக்கணும். நம்மகிட்ட மாடல், டெக்ஸர், பேக்கிரவுண்டு எல்லாமே கிட்டத்தட்ட ரெடியா இருக்கு. குவாலிட்டி கன்ட்ரோல் நான் பார்க்கிறேன். வினோத், நீங்க ஷெட்யூலோட நாளைக்கு வாங்க. டிஸ்கஸ் பண்ணுவோம். ரிக்கிங், கம்போசிட்டிங், ரெண்டரிங் எல்லா வேலையையும் பிரிச்சுக்குவோம். எல்லாருக்கும் எல்லாம் தெரியணும். ஒவ்வொண்ணுல எக்ஸ்பெர்ட்டா இருக்கணும். ஓ.கே.?"

"ஓ.கே."– ரம்யாவைத் தவிர்த்த குரல்கள்.

சிரித்து தம்ஸ் அப் காட்டினாள். "மீட்டிங் ஓவர். அனிமேட்டர்ஸ் மட்டும் இங்க இருங்க." கச்சிதமாகப் பேசவும் தெரிந்திருந்தாள். வினோத் மனத்தில் மதிப்பெண் கூடிக்கொண்டே இருந்தது.

ஐந்து பேர் மட்டும் அமர்ந்திருந்தனர். மற்றவரில் கடைசி நபரும் அறையைவிட்டுக் கலையும்வரை காத்திருந்தாள் ரம்யா. "வந்தியத்தேவன் குதிரையில வர்றார். ஆனா, அது பறக்கும் குதிரை மாதிரி இருக்கு. அனிமேஷன்ல எல்லாருமே ஒரு மாதிரி மிதந்துக்கிட்டே இருக்காப்ல இருக்கு. அனிமேட்டட் ஆசாமியா இருந்தாலும், அவங்களுக்குச் சரியான கிராவிட்டி கொடுக்கணும். ஐ வில் எக்ஸ்ப்ளைன்" என்றபடி ஆப்பிள் கம்ப்யூட்டரின் விசைப் பலகையை இழுத்து வாகாக வைத்துக்கொண்டாள். ஐந்து பேரும் அவளுக்குப் பின்னே குழுமி நிற்க, விசைப் பலகையில் விரல்களை நடனமாடவிட்டாள். மிக மிருதுவாக அந்த பொத்தான்களை அவள் கையாள்வதே அழகாக இருந்தது.

மாலை 6 மணி சுமாருக்கு வினோத் இருந்த கேபினின் நான்கடி உயரத் தடுப்புப் பலகைமீது கன்னத்தை வைத்து, "கிளம்பலையா?"

என்றாள். கண்களால் கேட்டது மாதிரி இருந்தது.

“365 நாள் வேலையை ஒரே நாள்ல கொடுத்துட்டீங்க. இன்னும் ஒரு மணி நேரம் ஆகும்” என்றான்.

கட்டைவிரல் தவிர்த்த நான்கு விரல்களால் காற்றிலே ஆர்மோனியம் போல வாசித்து ‘பை’ சொல்லி, புன்னகையோடு கிளம்பினாள்.

யார் யாருக்கு என்னென்ன வேலை, எந்த நாளில் எதை முடிக்க வேண்டும் எனப் பிரமாதமாக வரிசைப்படுத்தியிருந்தான். எப்போது டெக்ஸர்ஸ் முடிக்க வேண்டும், எந்த நாளில் அனிமேஷன், எந்த நாளில் ரெண்டரிங்... எல்லாவற்றையும் கிட்டத்தட்ட வரையறுத்துவிட்டான். யாருக்கு என்ன பணி, முடிக்க எவ்வளவு காலம் ஆகும் எனத் துல்லியமாகக் கணித்திருந்தான். அவன் வகுத்தபடி முடிந்தால் அடுத்த ஆண்டில் பொன்னியின் செல்வன் புதுவெள்ளம் இன்டராக்டிவ் கேம் நிஜமாகவே நிஜமாகிவிடும். சாதிக்க வேண்டும் என்பதிலும் கூடுதலாக ரம்யாவிடம் ஒரு பிரமிப்பைப் பெற்று, மனசாரக் கைகுலுக்க வேண்டும் என்பதிலும் உள்ளூர ஓர் ஓட்டம் இருந்தது. ‘நாளைக்கு அது சாத்தியப்படலாம்’ என வேலையை முடித்துவிட்டு எழுந்தபோது மணி 9.

‘இவ்வளவு வேலை செய்யும்போது மனுஷனுக்கு ஒரு பியர் வாங்கித் தருவதில் தப்பே இல்லை’ எனத் தன்னைத் தானே தட்டிக் கொடுத்தான். கொஞ்சம் காஸ்ட்லியான பார். பெண்களும் தாகசாந்தி செய்து கொள்வார்கள். தூணுக்குப் பக்கத்தில் எதிரெதிரே ஒற்றை நாற்காலிகளுடன் கொஞ்சம் ரம்மியமான இடம். கோட் போட்ட பேரரிடம் டன்கெல் பியர் ஒன்று சொன்னான். அதன் மால்ட் மணம், ஆர்டர் கொடுக்கும்போதே மூளை வரை சென்றது. ஊடுருவக்கூடிய அரக்குநிற திரவம். நீளமான பருத்த கோப்பையில் வந்தது.

தூரத்தில் அந்தப் பெண்... ஆ... அவளேதான். ரம்யா!

‘என்னது, ரம்யாவா’ என நம்ப மறுத்தது மூளை. அவள் அணிந்திருந்த ஆடை, கிட்டத்தட்ட மார்பிலிருந்துதான் ஆரம்பித்தது. உடையை ஒரு மாதிரி தாங்கிப் பிடித்திருந்ததும் அந்தப் பகுதிதான். முழுமையான கிளப்வேர் காஸ்ட்யூம். ‘அடிப்பாவி’ என முனகியது, யாரேனும் கேட்க விரும்பியிருந்தால் கேட்டிருக்கும். அவளுடன் சிவப்பான கட்டழகன் ஒருவன் இருந்தான். வினோத் மெல்லிய காதல் தோல்விக்கு ஆட்பட்டு, பொறாமையுடன் அவனைப் பார்த்தான். டேபிளுக்குக் கீழே இருவரின் கால்களும் உரசிக்கொண்டிருந்தன. உரசுவதற்குத் தோதாக பெர்முடா போட்டிருந்தான். சிவந்த உதட்டுக்கு மேலே மீசை கச்சிதமாக

இருந்தது. கறுப்பான தலைமுடி. உதட்டில் ஒரு சிகரெட் எந்தத் தருணத்திலும் விழக்கூடிய நிலையில் தொங்கிக்கொண்டிருந்தது. ரம்யாவும் நிறைய குடித்ததுபோல இருந்தாள். முடிந்தவரை அவள் கண்ணில் படாமல் இங்கிருந்து போய்விட வேண்டும் என வினோத் நினைத்தான். தூண் வசதியாக இருந்தது. பியரை முடித்துவிட்டு அந்த டேபிளை மெதுவாகப் பார்த்தான். டேபிள் காலியாக இருந்தது. அதிர்ச்சியில் மனம் புண்ணாகியிருந்தது. 'அதற்காக இப்படியா? சே.' ஒரே நாளில் பட்டினத்தார் மனநிலைக்கு வந்துவிட்டான்.

பார்க்கிங் பகுதி வெறுமையாக இருந்தது. திடீரென ஒரு மரத்தின் மறைவிலிருந்து ரம்யா எதிர்ப்பட்டாள். ஆனால், வினோத்தை அவள் கவனித்ததுமாதிரி காட்டிக்கொள்ளவில்லை. நேராகப் பார்த்தது மாதிரியும் இருந்தது. திரும்பிப் பார்ப்பாள் என நினைத்தான். இல்லை. இருட்டு, போதை, அலட்சியம் எல்லாம் இருந்தது அந்தக் கண்களில். கான்டாக்ட் லென்ஸ் போட்டிருந்தாள். பாம்புக் கண் மாதிரி நீலமாக இருந்தது. 90 சதவிகித கால்கள் தெரிய, நிதானமாக வெளியேறிக்கொண்டிருந்தாள். அந்தப் இளைஞனைக் காணவில்லை. வினோத், பைக் இருந்த இடத்தை நோக்கிச் சென்றபோது ஒரு காரின் பின் கதவு தேவையில்லாமல் திறந்துகிடந்தது. மிகச் சிறிய சமூக சேவையாகப் பாவித்து அதை மூட எத்தனிக்.. ரம்யாவுடன் இருந்த அந்தச் சிவந்த உதடுடைய இளைஞன் அதில் உருக்குலைந்து சாய்ந்துகிடப்பது தெரிந்தது. வாயிலிருந்து ரத்தம் வழிந்துகொண்டிருந்தது. அவன் உயிருடன் இல்லை.

2

வினோத் சப்தமில்லாமல் அங்கிருந்து வெளியேறினான். ரம்யா எந்தப் பக்கம் போனாள் எனத் தெரியவில்லை. சாலையின் இரண்டு பக்கங்களும் வெறிச்சோடிக் கிடந்தன. ஏதோ ஆட்டோ பிடித்துப் பறந்திருப்பாள். வினோத், மனத்துக்குள் ரீவைண்டு செய்து பார்த்தான். மரத்தின் பின்னாலிருந்துதான் ரம்யா வெளியேறியதுபோல இருந்தது. மரத்தின் அருகேதான் அந்த கார் நின்றிருந்தது. அவள் அந்தக் காரிலிருந்துதான் வெளியே வந்திருக்க வேண்டும். மரத்துக்கு அப்பால் சுவர் மட்டுமே இருந்தது. கொல்லும் வாய்ப்பு அவளுக்கு மட்டும்தான் இருந்தது.

நினைக்கும்போதே சிலிர்த்து, ரோமங்கள் குத்திட்டு நின்றன. பியர் சாப்பிட்ட தடயமே இல்லை. போதை வழிக்கப்பட்டு நின்றிருந்தான். மணி 11. பார் மூடும் நேரம். ஒவ்வொருவராக வெளியே வருவார்கள். இன்னேரம் யாராவது காரைப் பார்த்திருப்பார்கள். இங்கே நிற்பது பிரச்னை. பைக்கை வீட்டை நோக்கித் திருப்பினான். அவனுக்குச் சற்றே நடுக்கமாக இருந்தது. வண்டியைச் சாலையோரக் கடையில் நிறுத்தி ஒரு சிகரெட் வாங்கிப் புகைத்தான். 'நாம் எதையும் பார்க்கவில்லை...' மூளை முணுமுணுத்தது. கார் கதவில் கை வைக்கவில்லை என்பது நன்றாக நினைவிருந்தது. அந்த இருட்டுப் பகுதியில் கேமரா பொருத்தியிருக்க மாட்டார்கள் எனவும் நம்பினான்.

பைக்கை எடுத்துக்கொண்டு சாலையின் முனைக்கு வந்தபோது, திருப்பத்தில் வாகனங்களை போலீஸ்காரர்கள் பரிசோதித்துக்

கொண்டிருந்தார்கள். போதை இல்லை என்றாலும் வாசம் காட்டிக் கொடுத்துவிடும். ஃபைன் கட்டச் சொல்வார்கள். திரும்பி எதிர் திசையில் செல்லலாமா எனச் சற்று ஓரம் கட்டி நிலைமையை உத்தேசித்தான். எதிரிலிருந்து வந்தவன், "பாஸ்... அந்தப் பக்கமும் போலீஸ் நிக்கறாங்க" என்றான்.

அவனை நோக்கி டிஃபன்ஸ் புன்னகை புரிந்துவிட்டு, ஆனது ஆகட்டும் என்று பைக்கை எடுத்தான்.

வண்டியை ஓரங்கட்டச் சொல்லி வாயில் ஸ்ட்ரா போன்ற வஸ்துவைச் சொருகி ஊதச் சொன்னார்கள். உடனே பைக்கிலிருந்து சாவியை உருவி எடுத்தார் ஒரு காவலர். "வண்டியை ஓரமா நிறுத்திட்டு என்கூட வாங்க." அவருடைய அழைப்பில் தெரிந்த விரோதம் அதிகமாக இருந்தது. ஓரமாக நிறுத்திய இடத்தில் வந்து முகத்தை ஏறிட்டார். "எந்த பார்?" என்றார்.

வினோத்துக்குப் பொறிதட்டியது. வேறு ஒரு பாரின் பெயரைச் சொல்ல வேண்டும். "ஆபீஸ் பார்ட்டி சார். சோலா."

"என்ன ஆபீஸ்?"

"அனிடூன் மீடியா."

"ப்ரஸ்ஸா?"

அதையும் பயன்படுத்திக்கொள்ளலாம் எனக் கணத்தில் முடிவு செய்தான். "புக் வொர்க் போலத்தான் சார். ஆனா அனிமேஷன்ல."

"கார்டு காட்டுங்க."

அலுவலக கார்டில் இருந்த மீடியா என்ற பதம் கொஞ்சம் காப்பாற்றியது என்றுதான் சொல்ல வேண்டும். அதில் இருந்த அலுவலக முகவரி, போன் நம்பர் அனைத்தையும் குறித்துக் கொண்டார்.

"எதுக்கு சார் இதையெல்லாம் நோட் பண்றீங்க?"

ஏற இறங்கப் பார்த்தார். 'இந்தக் கேள்வியெல்லாம் நீ கேட்கக் கூடாது' என்ற பார்வை. ஒரு கட்டத்தில் சொல்லிவிடுவார் என நினைத்து, அவர் முகத்தையே வினோத் பார்த்துக்கொண்டிருந்தான். அவன் முகத்தில் ஒரு கொலையைச் செய்துவிட்டு வந்த தடயம் தெரியவில்லை என உணர்ந்திருக்கலாம்.

"பக்கத்து பார்ல ஒரு கொலை."

"அய்யோ சார்!"

"தேவைப்பட்டா கூப்பிடுவோம்."

“சார்... எனக்கு ஒண்ணும் தெரியாது சார்!”

“குடிச்சுட்டு வர்ற எல்லோரையும் செக் பண்ணச் சொல்லி அலெர்ட் குடுத்திருக்காங்க.”

“நா வேற பார் சார்.”

“வேற பாரா? அப்ப எந்த பார்ல கொலை நடந்ததுன்னு தெரியுமா?”

“நான் குடிச்ச பார்ல நடக்கலை சார்.”

“தேவைப்பட்டா கூப்பிடுவோம். எங்க தங்கியிருக்கீங்க?”

“கீழ்பாக்கம் குளோபஸ் காலனி.”

“மேரிட்?”

“பேச்சலர் சார்.”

“கிளம்புங்க.”

“ஓகே சார்!”

“அடுத்த தடவை பிடிச்சா லைசென்ஸை கேன்சல் பண்ணிடுவேன்.”

“இல்ல சார். ஸாரி சார்.”

இதையெல்லாம் எதிர்பார்க்காமல் அடுத்து பைக்கில் வந்தவனை விசாரிக்கப் போய் விட்டார். வினோத் பைக்கை எடுத்துக்கொண்டு சந்தேகத்துக்கு இடம் தராமல் கிளம்பினான். அவனுக்குள் பதற்றம் அதிகமாகிக்கொண்டே இருந்தது. ‘எப்படியும் இரவே ரம்யா கைதாகி விடுவாள். எப்படியும் பாரில் கேமரா இருந்திருக்கும். போலீஸ் இன்னேரம் அந்தப் பையனின் ஜாதகத்தை அலசியிருக்கும். அவனுடன் இருந்த இந்தப் பெண்ணை விசாரிப்பார்கள். இருவரும் ஒன்றாகக் கிளம்புவதை... பார்க்கிங் நோக்கிச் செல்வதை... நாம் போவதையும் அல்லவா பார்த்திருப்பார்கள்?’ என யோசனையின் குறுக்கே பயந்தான்.

அடுக்குமாடிக் குடியிருப்பின் வாட்ச்மேன் நள்ளிரவில் குட்மார்னிங் சொன்னார். பார்க்கும்போதெல்லாம் அதைத்தான் சொல்வார். “காலைல ஒரு லெட்டர் வந்துது சார். லெட்டர் பாக்ஸ்ல பாருங்க.”

“சரி.”

அப்பாவிடமிருந்து வந்திருந்தது. கவரைக் கிழித்துப் படித்துக் கொண்டே படியேறினான். அவசரமாக ஐம்பதாயிரம் வேண்டும் என்பதுதான் சாரம். போனிலும் இரண்டு நாள்களாக அதைத்தான் சொல்லிக்கொண்டிருக்கிறார். சோபாவில் போய்

விழுந்தான். அவனுக்கு மட்டுமேயான சிங்கிள் ரூம் அப்பார்ட்மென்ட். ஆங்காங்கே கிடந்த சிகரெட் துண்டுகள், நேற்று சாப்பிட்டுவிட்டுச் சுருட்டிப் போட்ட பரோட்டா மிச்சம் எல்லாம் சேர்ந்து ஒரு கலவையான வாசனை அடித்தது.

வாயிலிருந்து ரத்தம்... நிலைகுலைந்த உடல்... கார் பார்க்கிங்... பார்... குளோஸ் சர்க்யூட் கேமரா... சப் இன்ஸ்பெக்டர்... வரிசையாக நினைவுக்கு வந்தன. 'ரம்யா... யார் நீ? காலையில் ஒரு டிசைனிலும் இரவில் இன்னொரு டிசைனிலும் தோற்றமளித்தது ஏன்? கொன்றது ஏன்? காரில் வைத்து உன்னை ஏதேனும் செய்தானா? உன்னைக் காப்பாற்றிக்கொள்ளத்தான் கொன்றாயா? காப்பாற்றிக்கொள்வதற்கான ஒரு நோக்கமும் உன்னிடம் தெரியவில்லையே? பணத்துக்காகக் கொன்றாயா? சாதாரணமாக நடந்து போனாயே? நீ எங்கே இருக்கிறாய்? எங்கிருந்து வந்தாய்? எல்லாவற்றையும் கண்டுபிடிக்கிறேன். முத்துராஜா 'கூல்டூன்ஸ்' எனச் சொன்னதாக ஞாபகம். விசாரிக்கிறேன். அங்கே உன் ராவடிகளைக் கண்டுபிடிக்கிறேன். போலீஸ் வரட்டும்... எல்லாவற்றையும் சொல்கிறேன்.'

டி.வி-யைப் போட்டான். 'பாரில் நடந்த கொலை' என அதற்குள் ப்ரேக்கிங் நியூஸ் போட்டார்கள். ஹெச்.பி.ஓ-வில் பல தடவை பார்த்த 'அல்மைட்டி' படத்தையே போட்டிருந்தார்கள். தூக்கம் வருவதற்கு அது போதுமானதாக இருந்தது. டி.வி-யை சைலன்ட் மோடில் போட்டுவிட்டு, கண் சொக்கும் வரை பார்த்தபடி இருந்தான். சோபாவிலேயே தூங்கி எழுந்தபோது, யாரும் படபடவென கதவைத்தட்டியதால், தான் எழுந்திருக்கவில்லை என்பதை உறுதிப்படுத்திக்கொண்டான். டி.வி-யில் ஹாரிசன் போர்டு ஓடிக்கொண்டிருந்தார். நிறுத்தினான். மணி 9.10. பாத்ரூமிலிருந்து பேன்ட் சட்டைக்குள் நுழைந்தான். தமிழ் நியூஸ் சேனலில் 'கண்டுபிடித்துவிட்டார்களா' எனப் பார்த்தான். ஏதோ ஓர் அமைச்சர் வீட்டில் ரெய்டு நடந்துகொண்டிருந்தது. பார் பற்றிக் கேட்'பார்' இல்லை.

அலுவலக பார்க்கிங். ரம்யாவை எப்படி எதிர்கொள்வது என்று பயமாகத்தான் இருந்தது. இன்று போலீஸில் சிக்கப் போகிறவள். எங்காவது ஹோட்டலில் நிறுத்திச் சாப்பிடாமல்கூட வந்தான். அவள் செய்த கொலைக்கான காரணத்தை அறியவேண்டும்.

வினோத் நுழைந்தபோதே அவள் இருந்தாள். நேற்று காலையில் பார்த்த அதே பளிச். கண்ணாடி அறைக்குள்ளிருந்து கவனித்து விட்டுக் கையசைத்தாள். வினோத் மோப்ப நாய் போல அவளையே பார்த்தபடி அங்கே சென்று நின்றான். 'கையும் களவுமாகக் கவ்வ

வேண்டும்.'

"வெல்டன் வினோத். ஷெட்யூலிங் சூப்பர்ப்" என்றாள். கண்களில் துளி கல்மிஷம் இல்லை. அதே பூச்சரம், சந்தனம், குங்குமம். வினோத் பார்த்துக்கொண்டே இருந்தான்.

"ஒரு வருஷத்தில நிச்சயம் அச்சீவ் பண்ண முடியும். எம்.டி வரட்டும். ரெண்டு பேரும் போய்ப் பேசிடுவோம்."

'நாளைக்கு ஜெயிலுக்குப் போகிறவ பேசுற பேச்சா?'

"என்ன வினோத்... ஒரு மாதிரியா இருக்கே?"

"நத்திங்."

அதே நேரத்தில் டெலிபோன் அடித்தது.

"யாரு? இன்ஸ்பெக்டர்... ஓகே... உங்களுக்கு யார் வேணும்... ரிகார்டிங்? இல்லையே... ஓ காட்."

வினோத் 'இவ்வளவு சீக்கிரம் எதிர்பார்க்க வில்லை' என்ற பாவனையில் பார்த்துக் கொண்டிருந்தான். ஆபீஸில் ஒவ்வொருவராக வந்துவிட்டிருந்தனர். 19 பேர் கொண்ட குழு இருந்தது. கண்ணாடி வழியே எல்லோரையும் பார்த்தான். இன்னும் சில நிமிடங்களில் எல்லோரும் அடையப் போகிற அதிர்ச்சியை உத்தேசித்தான்.

"வினோத்..." என்றாள் ரம்யா. "உனக்குத்தான் போன்... ஏதோ இன்ஸ்பெக்டர் பேசுறார். நேத்து உன்னை விசாரிச்சாராமே? இந்தா பேசு."

வினோத், "எஸ் ஸார்" என்றான் சற்றே பயமில்லாமல்.

"வினோத்... நான் இன்ஸ்பெக்டர் ரமேஷ். நேத்து நீங்க எந்த பார்ல இருந்தீங்கன்னு தெரியும். அந்த பார்ல உங்க ஆபீஸ் பார்ட்டி எதுவும் நடக்கலைன்னு மேடம் சொன்னாங்க. எல்லா வீடியோ ஃபைலும் கையில இருக்கு. நீங்க ஏன் கொலை பண்ணீங்கன்னு தெரியணும். நான் உங்க ஆபீஸ் வாசல்ல நின்னுதான் பேசிக்கிட்டு இருக்கேன். கொஞ்சம் மரியாதையா சரண்டர் ஆனீங்கன்னா நல்லா இருக்கும். வெளிய வாங்க" என்றது குரல்.

"சார்... என்ன சார் சொல்றீங்க?"

"நேர்ல வாங்க மிச்சத்தைச் சொல்றேன். இந்த ஆபீஸுக்கு இது ஒண்ணுதான் வழின்னு தெரியும்."

வினோத் போனை வைத்துவிட்டு ரம்யாவைப் பார்த்தான். அவள், "என்ன சொல்றாரு... ஒண்ணுமே புரியலை" என்றாள். 'செய்றதையும் செஞ்சுட்டு புரியலையா... என்ன நெஞ்சழுத்தம்?' நேற்று பார்ட்டி ட்ரஸ்ஸில் பார்த்தது நினைவுக்கு வந்தது. 'போய்

எல்லாவற்றையும் இனஸ்பெக்டரிடம் சொல்கிறேன். இருடீ.'

வினோத் வெளியே வந்தான். இன்ஸ்பெக்டர் ரமேஷ். நேற்று ஊதச் சொல்லி செக் செய்தவர். புன்னகையுடன் தோளில் கைபோட்டுக் கீழே அழைத்துச் சென்றார். சாலையில் இருந்தபடி அலுவலக மாடியைப் பார்த்தான். ரம்யா ஜன்னல் வழியாகப் பார்த்துக்கொண்டிருப்பது தெரிந்தது.

3

கையில் விலங்கு மாட்டாமல் அழைத்துச் செல்வதில் சற்றே குற்றவுணர்வு குறைந்திருந்தது. ஆனால், தோளில் இருந்த கையில் நட்பு இல்லை. கீழே வந்து ஜீப்பின் பின் சீட்டில் ஏறச் சொல்லி, அவரும் பக்கத்தில் உட்கார்ந்தார். வினோத், ''சார்... என் மேல சந்தேகப்படாதீங்க சார்!'' என்றான்.

"ஏன்?"

"நேத்து நான் பியர் சாப்பிட்டிருந்தேன். போலீஸ் செக் பண்றாங்கன்னதும் கொஞ்சம் பதறிட்டேன். இல்லாட்டி நேத்தே எல்லா உண்மைகளையும் சொல்லியிருப்பேன்."

"இன்னைக்கும் சொல்லலாம். டயம் இருக்கு" குரலில் எச்சரிக்கை, அனுமதி இரண்டும் இருந்தன. வினோத் வெறுமையாக விழுங்கினான்.

"நான் பைக்கை எடுக்கும்போது ஒருத்தன் கார்ல வாயைப் பிளந்துக்கிட்டுச் சாஞ்சியிருந்தான் சார். கிட்ட போய்ப் பார்த்தேன். வாய்ல ரத்தம் இருந்துச்சு. பயந்துட்டேன். எதுக்கு வீண் பிரச்னைனு உடனே அங்கிருந்து கிளம்பிட்டேன். போலீஸ் செக் பண்ணும்போது வேற பாரைச் சொன்னா நாம இந்த வம்புல மாட்டாம இருக்கலாம்னு நினைச்சேன். அவ்வளவுதான் சார்."

இன்ஸ்பெக்டரின் புன்னகையில் கேலியும், கண்களில் சந்தேகமும் இருந்தன. கார் கிளம்பியது. எழும்பூர் குழந்தைகள்நல மருத்துவமனையைக் கடந்து போலீஸ் ஸ்டேஷன் வாசலில் நின்றது. காரிலிருந்து இறங்கி, வினோத் இறங்குகிறவரை கதவைப் பிடித்தபடி

நின்றிருந்தார். ‘மரியாதையா, வெச்சு செய்வதற்கா?’ அச்சத்துடன் இறங்கினான். “எனக்கு வேற எதுவும் தெரியாது சார். பொய் சொல்லிட்டேன்... அதுதான் நான் பண்ண தப்பு” என்றான், உண்மையை ஏற்று மன்னித்துவிடுவார் என்ற நம்பிக்கையுடன்.

“கொஞ்ச நேரத்தில தெரிஞ்சுடும்” என்றார்.

“சார், நான் என் ஆபீஸுக்கு ஒரு போன் பண்ணிக்கட்டுமா?”

அவனுடைய செல்போனை வாங்கிக்கொண்டார். “நானே பண்றேன்... வாங்க.”

‘ரம்யாவை அங்கே பார்த்ததைச் சொல்லிவிட்டால் தப்பிக்க முடியும்’ என நினைத்தான். ஏனோ உதடு சம்மதிக்கவில்லை. தொட்டிக்கு ஓட்டி வந்த ஆடு மாதிரி விருப்பமின்றிப் பின்தொடர்ந்தான். இன்ஸ்பெக்டர் உட்காரச் சொன்ன நாற்காலியின் ஒரு காலில், ஜட்டியோடு இருந்த ஒருவனை சங்கிலியால் பூட்டியிருந்தனர். அவன் நாற்காலிக்கு மிக அருகில் குத்துக்காலிட்டு உட்கார்ந்திருந்தான். உட்காரச் சங்கடப்பட்டு நின்றபடியே இருந்தான்.

“உட்கார் மிஸ்டர்.”

வினோத் உடனே உட்கார்ந்தான். “உரிச்சிடவா?” என இன்ஸ்பெக்டரைப் பார்த்துக் கேட்டார் ஹெட் கான்ஸ்டபிள். இன்ஸ்பெக்டர் ‘இரு’ என்பதுபோல் ஜாடை காட்டினார்.

வினோத்துக்கு நாடி ஆடியது. உரிப்பது என்றால் சட்டை, பேன்டைக் கழற்றி ஜட்டியோடு உட்காரவைப்பது எனக் கேள்விப்பட்டிருக்கிறான். உடன் படித்த வேலு, வள்ளியூரில் கான்ஸ்டபிளாக இருக்கிறான். ‘போலீஸுக்கு ஐம்பது சதவிகித சந்தேகம் வந்துவிட்டால், எதிர்பார்க்காத நேரத்தில் பிடறியில் ஒரு அடி அடித்து முட்டிபோட்டு உட்கார வைப்பார்கள். கொஞ்ச நேரம் லட்டியால் வெளுப்பார்கள். உள்ளங்கையில் மை தடவி ரேகை எடுப்பார்கள்’ என்றெல்லாம் சொல்லியிருக்கிறான். ‘போலீஸ் என்ன எதிர்பார்க்கிறதோ, அதையே சொல்லிவிடுவதுதான் பலத்த அடியிலிருந்து தப்பிக்க ஒரே வழி’ எனச் சொல்லியிருந்தான்.

இன்ஸ்பெக்டர் தீவிரமாக யாருடனோ போனில் பேசிக் கொண்டிருந்தார். போன் முடிவில் உரிப்பதைப் பற்றிய தலையசைப்பு இருக்கலாம். போலீஸ் ஸ்டேஷனுக்காகவே கட்டப் பட்ட பழைய கட்டடம். பழங்கால வெள்ளைநிற பெரிய சைஸ் ஃபேன் ஒன்று சோம்பலாகச் சுற்றிக்கொண்டிருந்தது. ரைட்டர் என்பவர் சபரிமலை செல்வதற்கான அடையாளங்களுடன் சந்தனம், குங்குமம், விபூதி இட்ட நெற்றியுடன் சால்ட் பெப்பர் தாடி வைத்திருந்தார். அவர் தவிர இன்னும் மூன்று போலீஸ்காரர்கள்

அங்கே இருந்தனர். வேட்டைக்குத் தயார் போல முறைத்துப் பார்த்துக்கொண்டிருந்தனர். இன்ஸ்பெக்டரின் ஆணைக்காகக் காத்திருப்பது தெரிந்தது. "ரம்யா தான் கொன்றாள். அவளைக் காட்டுகிறேன்" என முதல் அடி விழுவதற்குள் கத்திவிட வேண்டும்.

போன் பேசிவிட்டு இன்ஸ்பெக்டர், ரைட்டரை நோக்கி வந்தார். "அட்ரஸ் வாங்கிக்கிட்டு இவரை அனுப்பிடு" என்றார். முகம் சாதாரணமாக இருந்தது. குரல் இனிமையாக இருந்ததாகவும் தோன்றியது. ரைட்டரிடம் அட்ரஸைக் கொடுத்துவிட்டு உடனே வெளியேற வேண்டும் என்பது மட்டும்தான் அவன் நோக்கமாக இருந்தது. "வர்றேன் சார்" எனக் கும்பிட்டான்.

போனைத் திருப்பிக்கொடுத்து, "வேற ஏதாவது விஷயம் தெரிஞ்சா சொல்லணும்" என்றார் வீறாப்பு குறையாமல். வினோத் தலையசைத்தான். "கிளம்புங்க." ரம்யா பற்றிச் சொல்லிவிட மூளை வரை வந்த வாக்கியத்தை, இதயம் தடுத்தது. யோசனையோடும் தயக்கத்தோடும் நடந்தான். ஸ்டேஷன் வாசலைத் தாண்டுகிற வரை தப்பித்தது உறுதியில்லைபோல இருந்தது. முதுகில் கண்கள் மொய்ப்பதை உணர முடிந்தது. திரும்பிப்பார்க்காமல் வெளியே வந்து ஜனத்திரளில் கலந்தபோது, நிஜமான ஆக்சிஜனை சுவாசிக்க முடிந்தது.

உச்சிவெயில். பசி எடுத்து அடங்கி விட்டது தெரிந்தது. சில்லென ஏதாவது குடிக்கலாம். 'ஏன் திடீரெனப் போகச் சொன்னார்கள்' என ஆச்சர்யமாக இருந்தது. 'இன்ஸ்பெக்டருக்கு எங்கிருந்தோ தகவல் வந்திருக்கிறது. போன் பேசி முடித்ததும் மிக உறுதியாகப் போகச் சொன்னார். இன்னும் கொஞ்ச நேரத்தில் ரம்யாவைத் தேடி வருவார்கள். ஆனால், அவளும் என்னுடன்தான் வேலை செய்கிறாள் என அவர்களுக்குத் தெரிந்திருக்க வாய்ப்பில்லை. கேமராவில் அவளுடைய முகம் நன்றாகவே பதிவாகியிருக்கும். தொலைக்காட்சிகளில், கொலைகாரி இவள்தான் என விளம்பரம் வரும்...'

அன்னாசிப்பழச்சாறு குடித்தான். ஆட்டோ பிடித்தான். அவன் நெஞ்சமெல்லாம் எரிந்துகொண்டிருந்தாள் ரம்யா. ஆபீஸ் வாசலில் இறங்கிய வேகத்தில் ரம்யாவின் அறையை நோக்கிப் போனான். எம்.டி-யின் அறையில் அவள் இருந்தாள். இருவருமாக அங்கே வரச் சொல்லி அவனை அழைப்பது தெரிந்தது. ரம்யா மட்டும் கவனிக்கும் படியான முறைப்புடன் உள்ளே போனான்.

"போலீஸ் ஜீப்ல போனீங்களாமே... எதுக்கு?" என்றார் எம்.டி. வினோத், ரம்யாவைப் பார்த்தான். அவள் தனக்கு சம்பந்தமில்லாத விஷயம்போல மாங்கா காமிக்ஸ் புத்தகத்தைப்

புரட்டிக் கொண்டிருந்தாள். “யாரோ செஞ்ச கொலைக்கு என்னை விசாரிக்கக் கூப்பிட்டாங்க” என்றபடி ரம்யாவைப் பார்த்தான். அவள், “என்னது... கொலையா?” என்றாள்.

“யார் கொன்னதுன்னு போலீஸுக்குத் தெரிஞ்சுடுச்சுன்னு நினைக்கிறேன்.”

எம்.டி-க்கு ஒன்றும் புரியவில்லை... “என்ன கொலை... என்ன விசாரணை... உன்னை எதுக்குக் கூப்பிட்டாங்க?”

“சார், அது ஒரு பார்ல நடந்தது. அங்க இருந்தவங்க எல்லாரையும் விசாரிக்கிறாங்க. அவ்ளதான்.”

“ட்ரிங்க் பண்ணா அப்படித்தான்... நீங்க பேசிக்கிட்டு இருங்க” என்ற ரம்யா, கேஷுவலாக வெளியேறி அவளுடைய அறைக்குச் சென்றாள். அவசரமாக யாருடனோ அவள் செல்போனில் பேசுவதை வினோத் கவனித்தான். ‘காப்பாற்றலாமா... காட்டிக் கொடுக்கலாமா... கண்டுபிடிக்கலாமா...’ என பல ‘லாமா’க்கள். ரம்யா தன் ஹேண்ட்பேக்குடன் வந்து, “லிட்டில் அர்ஜென்ட்... கிளம்பறேன்” என வேகமாக வெளியேறினாள்.

பொன்னியின் செல்வனில் பழுவேட்டரையர், நந்தினி போன்றவர்களை மாடலிங்கில் பிரமாதப்படுத்தியிருந்ததைக் காட்டினார் முத்துராஜா. ‘ம்...’, ‘ஆமா’ போன்ற பதில்களில் சீக்கிரமே வெளியே வந்தான். இருக்கைக்கு வந்து அக்கவுன்ட் செக்‌ஷன் ஐஸ்வர்யாவிடம் சொல்லி, ரம்யாவின் முகவரியை அறிந்தான். அது உண்மையான முகவரியாக இருக்குமா? உண்மையாக இருந்தாலும் இரவுக்குள் அவள் வீட்டைக் காலி செய்துவிடுவாள் எனப் படபடத்தது. வீட்டுக்குப் போய்ப் பார்த்துவிட வேண்டும்... அபிராமபுரம், சுப்ரமணியம் தெரு. தப்பிப்பதற்குள் பிடிக்க வேண்டும். பெங்களூரில் என்ன செய்துவிட்டு இங்கு வந்தாள்... எதற்காகக் கொன்றாள்... அவனுக்கும் இவளுக்கும் என்ன சம்பந்தம்? எதற்காக இரவில் அப்படி இருந்தாள்?

கிளம்பினான். ஆறு மணி டிராஃபிக் சூடுபிடிக்க ஆரம்பித்திருந்தது. பனிக்கால ஈரம் பிசைந்த இரவு. நுங்கம்பாக்கம் சிக்னலில் நின்றபோது, அவசரமாக ஹெல்மெட்டைக் கழற்றி பான் பராக் துப்புகிறவர்களைப் பார்த்தான். சிக்னலுக்குச் சிக்னல் துப்புகிறார்கள். சிலர் செல்போனை எடுத்து மெசேஜ் பார்க்கிறார்கள். சிலர் தலை வாருகிறார்கள். சிலர் ரியர்வியூ கண்ணாடியில் முகம் ரசிக்கிறார்கள். சிக்னலில் செய்ய வேண்டிய கடமைகள் எனச் சில பட்டியல் வைத்திருந்தார்கள்.

கண்ணெதிரே ரம்யா. சாலையைக் கடந்து எதிரில் இருந்த ஒரு கட்டடத்துக்குள் நுழைந்தாள். வினோத் தைக் கவனித்திருக்க

வாய்ப்பில்லை. முக்கியமாக, நேற்று பார்த்த அதேபோன்ற ஆடையில்.

சிக்னலுக்கு நின்றிருந்த அத்தனை பேரும் பார்த்தார்கள். வாகனங்கள் செல்வதற்கான சிக்னல் விழுந்தது. ஹார்ன் சப்தங்கள் வினோத்தை உசுப்பின. யூடர்ன் அடித்து, அந்தக் கட்டடத்துக்கு வந்தான். ஏதோ மருத்துவமனை. பைக்கை நிறுத்திவிட்டு உள்ளே ஓடினான். ரம்யா எந்தப் பக்கம் போனாள் எனத் தெரியவில்லை. ரிஸப்ஷனில் பொதுவாகக் கேட்டான். "இது என்ன ஹாஸ்பிடல்?"

"உங்களுக்கு என்ன வேணும்... அதைச் சொல்லுங்க?"

பதில் சொல்ல விருப்பமின்றி நீண்ட நீண்ட காரிடாரில் எல்லா திசைகளிலும் ஓடிப் பார்த்தான். ஆண்கள், பெண்கள், குழந்தைகள்... 'குழந்தை இல்லைனு கவலை வேண்டாம்' என போர்டு. இது குழந்தை பிறக்க வைக்கிற மருத்துவமனை என யூகித்தான். மொத்தம் நான்கு மாடிகள். மாடி மாடியாக ஓடினான். மேலே இருந்த மூன்று மாடிகள் தங்குவதற்கான அறைகள், வார்டுகள் போல இருந்தன. கீழே மட்டும் டாக்டர்கள். எங்கே போனாள் எனத் தெரியவில்லை. நான்காவது மாடியின் ஜன்னல் வழியே தற்செயலாகப் பார்த்தபோது... படுவேகமாக ரம்யா வெளியேறுவது தெரிந்தது. லிஃப்ட் பிடித்து வேகமாகக் கீழே வந்தான்.

"சீஃப் டாக்டர் செத்துக்கிடக்கிறாரு. வாயெல்லாம் ஒரே ரத்தம்" என்றபடி நர்ஸ் ஒருத்தி கத்திக்கொண்டே ஓடிவந்தாள்.

4

ஹாஸ்பிடல் ரிசப்ஷனைச் சுற்றி கூட்டம் பரபரப்புடன் கூடியது. பலருக்கு அந்த நர்ஸ் கத்தியது புரியவில்லை. புரிந்த சிலரும் அதை மறுபடி கேட்பதில் ஆர்வமாக இருந்தனர். சிலர், அவள் காட்டிய திசையில் ஓடி அங்கே டாக்டர் இறந்து கிடப்பதைப் பார்த்தனர். வினோத்தும் அதில் ஒருவன். டாக்டர் இறந்துவிட்டதைத் திட்டவட்டமாகத் தெரிந்துகொண்ட அவன், ரம்யாவின் தொடர் கொலை முயற்சிகளை நினைத்துப் பயந்தான். குழந்தைத்தனமான தோற்றத்தோடு அவள் ஆடும் பகடை ஆட்டம் வினோத்தை கிறுகிறுக்க வைத்தது.

பாரில் காருக்குள் இறந்துகிடந்த அந்த சிவந்த இளைஞன் போலவே வாயில் ரத்தம் கொப்பளிக்க இருக்கையில் சாய்ந்துகிடந்தார் டாக்டர். அதே பாணியில் இரண்டாவது கொலை. கொலையின் சூட்டோடு அவளைப் பிடித்துவிடும் எத்தனிப்பில் ஹாஸ்பிடல் வாசலை அடைந்தான். யாரையும் வெளியில் போக வேண்டாம் என செக்யூரிட்டி தடுத்தார். போலீஸ் வரும் வரை யாரும் செல்ல வேண்டாம் எனவும் சொல்லிக்கொண்டிருந்தார். சிலர் தங்கள் அவசரங்களைச் சொல்லி வெளியில் செல்ல மன்றாடிக் கொண்டிருந்தனர். வினோத், இந்தக் கொலையிலும் தான் சிக்கிக்கொண்டதை நினைத்து அச்சமும் அலுப்புமாகத் தவித்தான்.

செக்யூரிட்டி ஆசாமி இரும்பு கேட்டை முக்கால்வாசி இழுத்து அடைத்துவிட்டு, உள்ளே வருபவர்களுக்கு மட்டும் வழிவிட்டார். இது போலீஸ் சொன்ன அறிவுரையாக இருக்கக்கூடும்.

போலீஸ் ஜீப்களின் சத்தம் வாசல்முன் வந்து அடங்கின. காக்கிச்

சட்டை போட்டவர்கள் அந்தக் கால் பங்கு கதவு இடுக்கு வழியாக உள்ளே வந்து வயதானவர்கள், குழந்தைகள் சிலரை விலக்கி இளம்வயதினரை, சந்தேகப்படும் தோற்றத்தில் இருந்தோரைக் குத்துமதிப்பாக விசாரிக்க ஆரம்பித்தார்கள். வினோத்தை எஸ்.ஐ. விசாரித்தார்.

"நீங்க எதுக்கு ஹாஸ்பிடல் வந்தீங்க?"

"ஒருத்தரைப் பார்க்கறதுக்காக வந்தேன்."

"என்ன வார்டு... என்ன பேரு?"

"வார்டு இல்ல சார். எனக்குத் தெரிஞ்சவங்க ஒருத்தர் ஹாஸ்பிடலுக்குள்ள போறதைப் பார்த்தேன். அவங்களைப் பார்க்கலாம்னு வந்தேன். எங்க போனாங்கன்னு தெரியலை. அதனால எல்லா இடத்திலும் பார்த்துக்கிட்டு இருந்தேன். அந்த நேரத்துல இந்தச் சம்பவம் நடந்திருக்கு" என்றான்.

எஸ்.ஐ-க்கு வினோத்தின் இந்த மாதிரியான பதிலில் ஆர்வமும் சந்தேகமும் அதிகமானது. கொஞ்ச நேரம் இருக்கச் சொல்லிவிட்டு, ஹாஸ்பிடலின் சி.சி ரெக்கார்டிங் யூனிட்டில் யாராவது இருந்தால் வரச்சொன்னார். ஒல்லியாக தாடிவைத்த 20 வயசுப் பையன் ஒருவன் வந்தான். வினோத்தைக் காட்டி, "இவரைக் கொஞ்சம் பாருங்க" என்றார்.

"வாங்க சார் பார்க்கலாம்."

சிறிய குடோன் போன்ற அறையில் சிசி டிவி யூனிட் இருந்தது. குளோஸ் சர்க்யூட் பதிவுகளில், வினோத் பதற்றமாக வருவதும், ரிசப்ஷனில் விசாரிப்பதும், ஒவ்வொரு மாடியாக ஏறுவதும், ஓடிப்போய் இறந்து கிடக்கும் டாக்டரைப் பார்ப்பதுமாக வெவ்வேறு கேமராக்கள்வழி பதிவானவற்றைத் துரிதமாகச் சேகரித்தார்கள்.

"என்ன தேடறீங்க?"

"சொன்னேனே சார்... ஒருத்தரைப் பார்த்துப் பேச வந்தேன்னு!"

"உங்க ஆபீஸ் ஐ.டி கார்டு காட்டுங்க..." காட்டினான்.

"டிரைவிங் லைசன்ஸ் இருக்கா?" காட்டினான்.

இரண்டிலும் ஒரே பெயர், ஒரே முகவரியா எனப் பார்த்தனர். அதற்குமேல் கேள்விகள் ஏதும் கேட்காமல், "போங்க" என்றார் எஸ்.ஐ.

பைக்கை எடுத்துக்கொண்டு வெளியில் வந்தபோது, ஜனத்திரளில் சுற்றும் முற்றும் பார்த்தான். ரம்யா அங்கு இருப்பதற்கான தடயமே இல்லை. அபிராமபுரம் நோக்கிப் பறந்தான். அந்தத் தெருவிலேயே அந்த வீடுதான் பழையதாக இருந்தது. இரும்பு கேட்டைத் திறந்து

சரளைக்கல் பாதையில் நடந்து, வீட்டின் கீழ் போர்ஷன் கதவைத் தட்டினான். வயதான ஒருவர் வந்து, "யார் வேணும்?" என்றார் எச்சரிக்கை தொனிக்க. வீட்டின் விளக்கொளியே அழுதுவடியும்படி இருந்தது. வாசலில் இன்னமும் குண்டு பல்பு.

"இங்க ரம்யான்னு யாராவது புதுசா குடி வந்திருக்காங்களா... பெங்களூர்ல இருந்து?"

பாதி சொல்லிக் கொண்டிருக்கும்போதே, "அப்படில்லாம் யாரும் இல்லை" என்பதைச் சொல்லிமுடித்தார்.

"இந்த அட்ரஸ்தான் கொடுத்தாங்க."

"மாடியில இருந்த பொண்ணு மல்லிகாதானே? இவரு ரம்யான்னு சொல்றாரு?" உட்பக்கம் திரும்பி சத்தம் கொடுத்தார். உள்ளிருந்து ஒரு பெண் குரல் திரும்பி வந்தது. "மல்லிகாதான். அவளோட ஃப்ரெண்ட் ஒருத்தி பெங்களூர்ல இருந்து வந்தா... அவளா இருக்கும்."

"ஓ... அவளா? அவாள்லாம் காலி பண்ணிண்டு போய்ட்டா!"

"எங்கே?"

"மல்லிகாவுக்கு மேரேஜ் ஃபிக்ஸ் ஆயிடுத்துன்னு போனா. இவ எங்க போனாள்னு தெரியாது."

அதற்கு மேல் விசாரிப்பதை அவர் விரும்பவில்லை எனப் புரிந்தபோது, அவர் கதவைச் சாத்திவிட்டார்.

'போலீஸ் ரம்யாவைத் தேட ஆரம்பித்துவிட்டது. இவள் ஓடி ஒளிய ஆரம்பித்திருக்கிறாள்' என அவனுக்குப் புரிந்தது. வினோத் பைக்கை கிளப்பும்முன் இருண்ட அந்த மாடிவீட்டைப் பார்த்தான். யாரோ அங்கே இருப்பதுபோலவே உள்மனதில் ஓர் அச்சத் தோற்றம் ஊறி மறைந்தது.

' .சுசீந்திரன், பிசிக்ஸ் புரொபஸர், ஐ.ஐ.டி' என்ற போர்டு சாயம்போய் இருந்தது. அதன் ஒரு பக்க ஆணியின் மறை கழன்றிருக்க, ஒரு பக்கம் சாய்ந்து காத்தாடியாக ஆடிக்கொண்டிருந்தது. 'ஆராய்ச்சி செய்கிறேன் பேர்வழி' என நல்ல வேலையை விட்டுவிட்டு வந்தவர் என்பது அந்த ஆட்டத்தில் தெரிந்தது. பழைய டெல்லியின் மசூதி தெருவின் நெரிசலில் இருந்தது அவருடைய குடியிருப்பு. வீட்டில் அவருக்கான ஆய்வறையில் தீவிரமாக இருந்தார். கடவுள் துகள்தான் அவருடைய ஆய்வின் அடிப்படை. 'லிட்டில் பாங் தியரி'யை ஏகத்துக்கு விளாசியதில் உலக இயற்பியலாளர்களிடம் போதுமான எதிர்ப்பைச் சம்பாதித்திருந்தார்.

உலகத்தைப் பற்றி கணிக்க இயலாத கவலை அவரைச்

சமீபகாலமாக அழுத்தியபடி இருந்தது. நிரூபிக்க இயலாத அச்சம். தியரி. லாஜிக்கல் பாஸிபிலிட்டீஸ். அறிவியல் சமூகம் அதைப் பெரிதாக எடுத்துக்கொள்ளவில்லை. 'ஆற்றில் மணலை அள்ளிக் கோபுரம் உருவாக்கினால், உங்களுக்கே தெரியாமல் ஒரு பள்ளத்தையும் உருவாக்குகிறீர்கள்' எனச் சொன்னார். கோபுரத்தை மட்டும் உலகம் பார்க்கிறது. ஆபத்தான பள்ளத்தைக் கவனிப்பதில்லை. 'கடவுள் துகள் ஆராய்ச்சி, ஒரு சைத்தானை உருவாக்கிவிட்டதைக் கவனியுங்கள்' என்கிறார். யாரும் காதில் போட்டுக்கொள்ளவில்லை.

லேப்டாப் பேட்டரி ஃபுல் சார்ஜில் இருந்தது. 'இன்னும் சில நிமிடங்களில் முடிக்க இருக்கும் கட்டுரைக்கு இது போதும்' எனத் தேற்றிக்கொண்டார். தனக்குத் தெரிந்துவிட்ட உண்மையைச் சகலருக்கும் அறிவிக்க வேண்டிய பதற்றம்... எச்சரிக்க வேண்டிய நெருக்கடி... எல்லாமும் அவருக்கு இருந்தது. *'Our world is just one of many...'* என 24 பாயின்ட் எழுத்தில் டைப் செய்திருந்தார். அதுதான் அவர் எழுதிக்கொண்டிருக்கும் ஆய்வுக் கட்டுரையின் தலைப்பு. 'நாம் இருக்கும் உலகம் இதுபோன்ற பலவற்றில் ஒன்று...' - இப்படி மொழிபெயர்க்கலாம். ஆனால், அவர் சொல்ல வருவது அந்த அர்த்தத்தில் இல்லை. அப்படியான தத்துவார்த்தத் தேடலில் அவர் அதை எழுதவில்லை. அவர் ஓர் அச்சத்தில்... இன்னும் சொல்லப்போனால் நடுக்கத்தில் அதை எழுதிக்கொண்டிருந்தார்.

பிரான்ஸுக்கும் சுவிட்சர்லாந்துக்கும் இடையே 574 அடி ஆழத்தில் நிகழ்த்தப்பட்ட, 'கடவுள் துகள்' என மலினப்படுத்தப்பட்ட அந்த ஆராய்ச்சிதான் அவருடைய பதற்றத்தின் அடிப்படை. அவர் எழுதிக்கொண்டிருந்ததை ஆய்வுக்கட்டுரை என்பதைவிட, ஜோசப் இன்கண்டேலாவுக்கான மாபெரும் கண்டனம் என்று சொல்லலாம். செர்ன் நடத்திய அந்த ஆராய்ச்சியின் ஆரம்பத்திலேயே, அதில் இருக்கும் ஆபத்தை சுசீந்திரன் எச்சரித்தார். அந்த ஆராய்ச்சி நடந்துமுடிந்து ஆறு ஆண்டுகள் கழித்து அவர் நடுங்குவதற்கு ஒரே ஒரு காரணம்... அவருக்குக் கிடைத்த சமிக்ஞை.

கட்டுரையின் நிறைவுப் பகுதியில் இருந்தார். 'அந்த சமிக்ஞை எதிர்பாராதது; ஆபத்தானதும்கூட. இன்னும் சில நாள்களில் நீங்கள் அறிவீர்கள். அப்போது நம்மால் எதுவும் செய்ய முடியாமல் போகலாம். நாம் எல்லோருமே பலவற்றின் ஒரு பதிப்பு என்பதில்...'

அவரின் மனைவி நிர்மலா வந்து, யாரோ பார்க்க வந்திருப்பதாகச் சொன்னாள். 'இந்த இரவிலா?' எனச் சுவர்க்கடிகாரத்தைப் பார்த்தார்.

"பேரு ரம்யாவாம். இளம்பெண். அவசரமாம்... 'ஹிக்ஸ் போசான்

சம்பந்தமாக எனச் சொல்லுங்கள்' என்றாள்."

சுசீந்திரன் நெற்றி சுருக்கினார். "ஹாலில் உட்கார வை. வருகிறேன்" என்றார்.

கட்டுரையை 'சேவ்' செய்துவிட்டு ஹாலுக்கு வந்தார். அவரைப் பார்த்ததும் வெகுநாள்கள் தெரிந்த நபர் போன்ற பாவனையில் "ஹாய்" என்றாள் ரம்யா. டெல்லி குளிருக்கு லெதர் ஜெர்கின் போட்டிருந்தாள்.

சுசீந்திரன், தான் அப்படி விளிக்கப்பட்டதை விரும்பாதவராக, "என்ன வேணும்?" என்றார் ஆங்கிலத்தில். நிர்மலா, "காபி கொண்டு வர்றேன்... குடிப்ப இல்ல?" என ரம்யாவின் சம்மதம் வாங்கிக் கொண்டு சமையல் அறைக்குப் போனாள்.

"நீங்கதான்." சுத்தத் தமிழில் குனிந்த தலை நிமிராமல் சொன்னாள்.

"எந்தா... தமிழா?" சுசீந்திரனின் நாகர்கோவில் தமிழோசை அவளுக்குப் புதிதாக இருந்தது. "மனசுலாகிறா மாதிரி சொல்லு."

"நீங்க எழுதுற கட்டுரை... அப்புறம் நீங்க. ரெண்டும் வேணும்."

"புரியலை. நீ பிரஸ்ஸா? ஆர்ட்டிகல் வேணுமா?"

"ஹிக்ஸ் போசான் ஆர்ட்டிகல் முடிச்சுட்டீங்களா?"

"ஏன்.. லேப்டாப்ல இருக்கு." அவர் கண்கள் அவரையும் அறியாமல் அவர் வெளிப்பட்ட அறையின் பக்கம் திரும்பியது. அவள் வேகமாக அந்த அறையை அடைந்து, டேபிளின் மீதிருந்த லேப்டாப்பை எடுத்துக் கீழே போட்டாள். மூன்று பாகங்களாகச் சிதறியது. குனிந்து ஹார்ட் டிஸ்க்கை எடுத்துக்கொண்டாள்.

என்ன நடக்கிறது என அவதானிக்க நேரம் தேவையாக இருந்தது. பதற்றமும் கோபமுமாக, "ஹேய்... பொண்ணே... யார் நீ?" என்றார் டாக்டர்.

ஹைட்ராலிக்தனமாகக் கழுத்தைத் திருப்பினாள். சுரேந்திரன் துணுக்குற்றார். அவள் முகம் ஒரு கண நேரத்தில் அவருக்கு அதை உணர்த்தியது. "யார் நீ?" என்றார் அதீதக் குரல் எடுத்து.

அவள் நிதானமாகச் சொன்னாள்: "நான் ரம்யாவாக இருக்கிறேன்." கூடவே ஒரு குரூரப்புன்னகை புரிந்தாள் ரம்யா. அங்கிருந்து ஓட எத்தனித்தார். அந்த வயதானவரால் அவ்வளவு தூரம் ஓடிவிட முடியவில்லை.

5

காலையில் முதல் ஆளாக வந்திருந்தான் வினோத். ரம்யா முதல் ஆளாக வருகிறாள் என்பது தெரிந்துதான் அப்படி வந்தான். "ஹாய் வினோத்" என எந்த நிமிடமும் தன் எதிரேவந்து அவள் ஆச்சர்யப்படுவாள் எனக் காத்திருந்தான். யாரும் வருவதற்கு முன் அவளிடம் கேட்டுத் தெரிந்துகொள்ளவேண்டிய விஷயங்கள் ஏராளம் இருந்தன. அலுவலகம் மெள்ள மெள்ள ஆட்களால் வண்ணமயமானது. அலுவலகம் என்பது உடைகளால், உரையாடல்களால் உயிர் பெறுகிறது. காலையில் முதல் ஆளாக வந்தபோது இருந்த வெறுமை இப்போது மறைந்துவிட்டது. ரம்யாவைத் தவிர எல்லோருமே வந்துவிட்டது தெரிந்தது.

முத்துராஜா வரும்போதே அறிவித்தார். "ரம்யா லீவ் சொல்லியிருக்காப்பா... அர்ஜென்டா வேற வீடு பார்க்கிறாளாம்." இதுவும் அவருடைய ஸ்டைலில் ஒன்று. விடுப்பு கேட்பவர்கள் நேரடியாக அவரிடம் கேட்க வேண்டும். அவர் இப்படிப் பொதுவில் சொல்லிவிடுவார்.

அவள் வரமாட்டாள் என்பது எதிர்பார்த்ததுதான். வினோத் மனதில் அவளுடைய கொலைகளுக்கான கேள்விகள் அப்படியே இருந்தன. ஏன் செய்தாள்? ஏன் அப்படி விநோதமாக நடந்து கொண்டாள்? கொல்லப்பட்டவர்கள் யார்? அவர்களுக்கும் இவளுக்கும் என்ன விரோதம்? பழி வாங்குகிறாளா? பணம் வாங்குகிறாளா? சைக்கோவா?

பொன்னியின் செல்வனுக்காக இன்று செய்ய வேண்டிய

வேலைகளை அவள் வரையறுத்து, எல்லோருக்கும் மெயில் போட்டிருந்தாள். பரந்தாமனுக்கு ரிக்கிங் கோ ஆர்டினேஷன் வேலை. சந்தேகம் கேட்டு வந்தான். வந்தியத் தேவன் குதிரையின் சில அசைவுகளில் பிசிறு இருந்தது. குதிரையின் முதுகில் ஒரு சிலிர்ப்பு ஏற்படுத்திக் காட்டினான். குளத்தில் கல் விழுந்ததுபோல குதிரையின் சிலிர்ப்பு இருந்தது. தவற்றைச் சுட்டிக்காட்டி, நெட்டில் தேடி எடுத்து, ஒரு குதிரைச் சிலிர்ப்பை விளக்கினான். பரந்தாமன் அவ்வளவு பர்ஃபெக்ஷன்காரன் இல்லை. 'இப்படித்தான் இருக்கட்டுமே' என அடம் பிடிப்பான். அவன் ரூட்டிலேயே போய்ச் சரிசெய்ய வேண்டும். "பிரமாதம்டா... கார்ட்டூனிக்கா இருக்குடா. பட், இந்த இடத்தில ஃபன்னா இருக்க வேணாம். இதை ஆழ்வார்க்கடியான் குதிரைக்குப் பயன்படுத்திக்கலாம்" எனச் சொல்ல வேண்டும்.

சிலர் சொன்னதைச் செய்துவிட்டுப் போகிற ரகம்; சிலர் கிரியேட்டிவாக ஏதாவது முயற்சி செய்வார்கள்; சிலர் முயற்சி செய்வதாக ஏமாற்றுவார்கள். வினோத், எல்லா டேபிள்களுக்கும் போய் ஒரு மென் மேய்ப்பன் வேலை செய்துவிட்டு வந்தான்.

அடுத்த இரண்டு நாள்கள் அலுவலகம் விடுமுறை. பெங்களூரு சென்று கூல்டூன்ஸ் ஆபீஸில் விசாரித்துவிட வேண்டும். தேவையில்லாமல் ரம்யா தொடர்புடைய சம்பவங்களில் தானும் சம்பந்தப்பட்டுவிட்டது திகிலாகப் பரவி அடங்கியது.

திடீரென்று அவனுக்கு ராமநாதன் நினைவு வந்தது. வினோத்துக்கு சென்னையில் வீடு பார்த்துக் கொடுத்தவன். அட்வகேட். வீடு வாடகை அக்ரிமெண்ட், டாகுமென்ட் பேப்பர் என சைடு பிசினஸ்... சின்னச் சின்ன பெயில் மூவ்கள் என எளிய வக்கீல். எட்டக்கூடிய தூரத்தில் சந்தேக நிவர்த்தி செய்துகொள்ள உதவுவான்.

போன் போட்டு விஷயத்தைச் சொன்னான். "கொலை நடந்த ரெண்டு இடங்களிலும் சிக்கியிருக்கியேப்பா..." என்றான் ராமநாதன். "செக்ஷன் 438... முன்ஜாமீன் மூவ் பண்ணிடணும். இல்லாட்டி உள்ள தூக்கிப் போட்டுடுவாங்க."

"நாளைக்குக் காலையில வந்துடுறேன்... நீ எல்லாத்தையும் ரெடி பண்ணி வை."

"பொண்ணு இப்ப எங்க இருக்கு?"

"அதுதான் தெரியலை. இன்னைக்கு ஆபீஸ் வரலை. அது கொடுத்த அட்ரஸ்லயும் இல்ல. புது வீடு பார்க்கப் போறதா எம்.டி கிட்ட சொல்லியிருக்கு. அந்தப் பொண்ணைப் பத்தி தெரிஞ்சுக்க நாளைக்கு பெங்களூரு போறேன்."

"ஆஹா..." என்றான் ரா.

“எதுக்கு ஆஹா?”

“என்னோட கிளையன்ட் ஒருத்தர் பெங்களூர்ல வீடு விக்கறாரு. வாங்கிற பார்ட்டிய பார்த்து சில பல வேலைகள் முடிக்க வேண்டியிருக்கு. என் கார் கொண்டு வர்றேன்... நீ பெட்ரோல் ஷேர் பண்றதா இருந்தா போதும். பஸ் சார்ஜ்தான் ஆகும்.”

“சரிதான். காலையில கோர்ட்ல முடிக்க வேண்டிய வேலையை முடிச்சுட்டுக் கிளம்பிப் போய்ட்டு வந்துடுவோம்.”

காலையில் என்ன காரணத்தினாலோ, “முன்ஜாமீன் கேட்பது, நீயே உன்னைச் சிக்க வைப்பதற்குச் சமம். தேவைப்பட்டால் பார்த்துக் கொள்ளலாம். இப்ப வேணாம்” எனச் சொல்லிவிட்டான்.

2012 மாடல் ‘வேகன் ஆர்’ காரை செகண்ட் ஹாண்டில் வாங்கி, ஒரு மாதிரி துடைத்து வைத்திருந்தான். சராசரியாக 80 கிலோ மீட்டர் வேகத்தில் சென்று, ஆறு மணி நேரப் பயணத்தில் பெங்களூரை அடையும்போது இருட்டிவிட்டது. விற்க இருந்த வீடே முழு ஃபர்னிஷிங்கில் இருந்தது. இரண்டு பெட்ரூம் வீடு. வீட்டில் குடியிருந்து காலி செய்துவிட்டுப் போனவர்களின் வாசனை மிச்சம் இருந்தது. பழைய செருப்புகள், துடைப்பங்கள், உதவாத ஆடைகள், அட்டைப் பெட்டிகள் ஒரு மூலையில் கிடந்தன. ராமநாதன் யாருக்கோ போன் செய்து, காலையில் வந்து வீட்டைச் சுத்தம் செய்து, டிஸ்டெம்பர் அடிக்கச் சொன்னான். ஆளுக்கு இரண்டு பியர் சாப்பிட்டு உடம்பு சூட்டைத் தணித்துக்கொண்டதாக அவர்களே அவர்களை ஏமாற்றிக்கொண்டிருந்தபோது, கன்னட சேனலில் ஏதோ சாமியார் பற்றிய செய்தி பரபரப்பாக ஓடிக்கொண்டிருந்தது. ராமநாதன் முயன்று ஒரு தமிழ் சேனலை வரவழைத்தான். போன நூற்றாண்டு பாடல்களாகப் போட்டுக்கொண்டிருந்தார்கள். கண்கள் மலங்க, ‘என்னைத் தாலாட்ட வருவாளா?’ பாடலைக் கேட்டுக்கொண்டே வினோத் தூங்கிவிட்டான்.

எழுந்ததும் அவர்களுக்குள் ஓர் ஒப்பந்தம். ‘இருவருமே அவரவர் வேலைகளை முடித்துக்கொண்டு மத்தியானம் அறைக்குத் திரும்பி விட வேண்டும்.’

ல்டூன்ஸ் நிறுவனம் ஆர்.டி நகரில் ஒரு பிரமாண்ட அப்பார்ட்மென்ட்டில் இருந்தது. கட்டடத்தின் ஒரு பிளாக் வணிக வளாகமாக இருந்தது. ஆபீஸ், நினைத்ததைவிட பிரமாண்டமாக இருந்தது. ஏன் இந்த வேலையைவிட்டுவிட்டு ரம்யா சென்னைக்கு வந்தாள் என்பது இப்போது முக்கியமான கேள்வியாக இல்லை. ‘ஏன் கொலை செய்கிறாள்’ என்பதை மட்டுமே நினைத்தான்.

ரிசப்ஷனில் சிவப்பான பெண் ஒருத்தி, அவளைவிட சிவப்பான

தமிழ்மகன் | 29

லிப்ஸ்டிக் போட்டு, பார்த்தவுடன் சிரித்து வரவேற்றாள். தான் சென்னையிலிருந்து வந்திருப்பதாகச் சொல்லி, "ரம்யாவைப் பற்றிக் கொஞ்சம் தகவல் வேண்டும்" என வினோத் சொன்னபோது அவள் முகத்தில் கலவரம் தெரிந்தது. அவனைப் பார்த்துக்கொண்டே யாருக்கோ இன்டர்காமில் அழுத்தினாள். "உள்ள வாங்க... எம்.டி பேசணும்னு சொன்னார்" எனக் கையோடு அழைத்துச் சென்றாள்.

"எம்.டி-லாம் வேணாம். நீங்க சொன்னாவே போதும்."

அவள் கையைப் பிடித்து இழுத்துச் சென்று, எம்.டி அறைக் கதவைத் திறந்து உள்ளே அனுப்பிவிட்டுப் போனாள். முத்துராஜா வயதொத்த முதலாளிதான். எழுந்து கைகுலுக்கி, "ஐ ஆம் ராகுல்... நீங்க போலீஸா?" என்றார்.

ரம்யாவைக் கேட்டால் போலீஸை எதிர்பார்ப்பது ஏன்? "என்னுடன் வேலை பார்ப்பவர். இரண்டு நாள்களாக வேலைக்கு வரவில்லை. எங்களிடம் ரம்யா முன்பு வேலைபார்த்த அலுவலகம் தவிர வேறு தகவல்கள் இல்லை. அதனால் வந்தேன்" என்பதைச் சந்தேகப்படாத தொனியில் சொல்லி முடித்தான் வினோத்.

ராகுல் அமைதியாக இருந்தார். "உங்களுக்கு ரம்யாவை ரெண்டு நாளாத்தான் தெரியுமா?"

"ஆமா."

"ஏதோ காரணத்துக்காக லீவ் போட்டிருக்கலாம்... அதுக்காக ஏன் இவ்ளோ தூரம் தேடி வந்தீங்க?"

"ஏதோ அசம்பாவிதமா நடந்திருக்கும்னுதான். போன் ஸ்விட்ச் ஆஃப்னு வருது... அதான்! ஆனா, நான் வந்து ரம்யாவைக் கேட்டதும் நீங்க என்னை 'போலீஸா'ன்னு கேட்டீங்களே, அது ஏன்?"

"காலையில ரம்யா பத்தி பேச்சு வந்தது... 'அவனுக்கு நல்ல சாவே வராது... அவன் ஃப்ராடு'ன்னு சொல்லுவா."

"யாரை?"

ராகுல், தானாகவே எதையாவது சொல்லி நீட்டிப்பதாக நினைத்திருக்கலாம். "நான் சொல்லப் போற இன்ஃபர்மேஷன் உங்களுக்கு எந்த அளவுக்கு யூஸ் ஆகும்னு தெரியலை. அவ சின்சியர் வொர்க்கர். எங்க கம்பெனியில அஞ்சு வருஷம் இருந்தா. அவளுக்கு ஒரு ஃப்ரெண்ட் இந்த ஆபீஸ்ல. ஜெனிலியான்னு பேரு. அவ திடீர்னு இறந்து போயிட்டா... அதில இருந்து ரம்யா ஒரு மாதிரி டல் ஆகிட்டா. தன் ஃப்ரெண்டை யாரோ கொன்னுட்டாங்கன்னு புலம்பிக்கிட்டு இருந்தா. அவளுக்கே அது பிரச்னையா இருந்தது. சைக்கியாட்ரிஸ்டைப் பார்த்து ட்ரீட்மென்ட் எடுத்துக்கிட்டா. ஏதாவது புது இடத்தில வேலைக்குப் போனா மனசுக்கு நல்லா

இருக்கும்னு அவளாத்தான் சென்னைக்குப் போய்ட்டா.”

“இதில போலீஸ் வரலையே?”

ராகுல் இன்னும் சில தகவல்களைச் சொல்ல வேண்டிய நிலைக்குத் தள்ளப்படுவது நெற்றிச் சுருக்கத்தில் தெரிந்தது. “ஜெனிலியாவுக்கு ஒரு லவ் ஃபெயிலியர். ரொம்ப விரக்தியாகிட்டா. இங்கதான் ஏதோ ஒரு மடத்துல சேர்ந்துட்டா. சந்நியாசி ஆகிட்டேன்னு சொன்னா. ஆபீஸ் ஸ்டாஃப்ஸ் எல்லாம் போய் பார்த்தோம். என்னமோ அடிக்ட் ஆனவ மாதிரி போதை கிறக்கத்துல இருந்தா. நாங்க எவ்வளவு சொல்லியும் கேட்கலை. திடீர்னு ஒரு நாள் அவ இறந்துபோயிட்டதா சொன்னாங்க. அந்த சாமியார்தான் அவளைக் கொன்னுட்டதா ரம்யா நினைச்சா.”

“அப்படியா?”

“அந்த சோகத்திலதான் ரம்யா மெட்ராஸ் போயிட்டாள்னு சொன்னேன். அந்தச் சாமியாருக்குத்தான் நல்ல சாவே வராதுன்னு சொல்லிக்கிட்டு இருப்பா. இப்ப அந்தச் சாமியார் கொல்லப் பட்டிருக்கார்.”

ராகுல், டேபிளில் தனக்கு முன் இருந்த லேப்டாப்பை வினோத் பக்கம் திருப்பினார். நேற்று இரவு கன்னட சேனலில் காட்டிய சாமியார். “இவரை நேற்றே டி.வி-யில் காட்டினார்களே?” என்றான் வினோத்.

“ஆமாம். அவர்தான்... கொன்றது ஒரு லேடின்னு வேற சொல்றாங்க.”

6

வினோத்துக்கு இப்போது சிறிய வெளிச்சம் கிடைத்தது... ஜெனிலியா கொல்லப் பட்டதாக நினைத்து மனநோயில் பாதிக்கப்பட்டிருக்கிறாள் ரம்யா. ஜெனிலியா இறந்ததற்கு சாமியார்தான் காரணம் என்பது அவளுக்கு எப்படியோ தெரிந்திருக்கிறது. சாமியாரைக் கொன்றிருக்கிறாள். சாமியார் கொல்லப்பட்டதற்குக் காரணம் கிடைத்துவிட்டது. ஆனால், சென்னையில் செத்துப்போன இரண்டு அப்பாவிகளின் மரணத்துக்குத்தான் காரணம் தெரியவில்லை. வினோத் பிசிறு பிசிறாக எல்லாவற்றையும் ஒட்டவைத்துப் பார்த்தான். ஒரு சைக்கோ யாரை வேண்டுமானாலும் கொல்லலாம்தானே?

ராகுலிடமிருந்து விடைபெற்று வந்தபோது பெங்களூரு கொஞ்சம் சூடாகியிருந்தது. ஆட்டோ பிடித்து, "சாமியார் ஒருவர் கொல்லப்பட்டாரே, அந்த ஆசிரமம் எங்கு இருக்கிறது தெரியுமா? அங்கு போ" என்றான்.

போனான்... போனான்... போய்க்கொண்டே இருந்தான். பெங்களூருக்கு வெளியே கன்னஹல்லி என்ற அம்புக்குறி போட்ட சாலையில் போய், ஒரு பெரிய காம்பவுண்டு போட்ட தோட்டத்தின் முன் நிறுத்தினான். எல்லா பக்கங்களும் பசுமையாக இருந்தன. ஆங்காங்கே சில பெரிய சைஸ் காம்பவுண்டு வீடுகள் இருந்தன. பிற்காலத்தில் பணக்கார ஏரியாவாக மாறும் அத்தனை வாய்ப்புகளோடும் அது உருவாவதை அனுமானிக்க முடிந்தது. ஆசிரம வாசலில் போலீஸார் அதிகம் தென்பட்டார்கள். ஆட்டோவைவிட்டு இறங்காமல் காத்திருந்தான்.

ஒரு மரத்தடியில் ராமநாதன் யாரிடமோ பேசிக்கொண்டிருப்பதைப் பார்த்தான். 'இவனுக்கும் சாமியாருக்கும் என்ன சம்பந்தம்' என்பதை யூகிக்கப் பொறுமையில்லாமல் ஆட்டோவை இருக்கச் சொல்லிவிட்டு ராமநாதனிடம் வந்தான்.

"அட, நீ என்னப்பா இங்க?" என்றான் முந்திக்கொண்டு.

"நீ எதுக்கு வந்தே?"

பக்கத்தில் இருந்தவரைக் காட்டி, "இவர் ரிப்போர்ட்டர். தமிழ் ஆளு. இவர் மூலமாத்தான் பிராப்பர்ட்டி டிஸ்போஸ் வேலையை முடிக்கிறேன். சென்னையில ஒரு ரிப்போர்ட்டர் ஃபிரெண்டு மூலமா பழக்கம். இவர் இங்க இருக்கறதா சொன்னார். அதான்... நேத்து டி.வியில காட்டினாங்களே அந்தச் சாமியார் மடம்தான் இது... மர்டர் கேஸ்."

"தெரியும்... அதனாலதான் வந்தேன்."

ராமநாதன் புரியாமல் பார்த்தான். "வாயேன்... ஒரு காபி சாப்பிட்டுக்கிட்டே பேசுவோம்." வினோத் எதிரில் இருந்த ஸ்நாக் பாருக்கு அழைத்துப்போனான்.

"இந்தக் கொலையிலயும் ரம்யாவுக்கு சம்பந்தம் இருக்குன்னு தோணுது." ரகசியக் குரலில் ஆரம்பித்தான் வினோத்.

"என்னப்பா இது? உலகத்தில நடக்கிற எல்லா கொலைகளுக்குமே ரம்யா மேல பழியப் போடுற?"

வினோத் எல்லாவற்றையும் சொன்னான். அந்த ரிப்போர்ட்டர் அவற்றையெல்லாம் கேட்டானா என்பது தெரியவில்லை. பாதி நேரம் யாரிடமோ போனில் பேசிக்கொண்டே இருந்தான். அவன் போன் பேசிய களைப்பில் சற்றே ஆசுவாசமாக இருந்த நேரத்தில் வினோத், "என்ன பிரச்னையாம்... ஏதாவது தெரியுதா?" எனப் பேச்சுக்கொடுத்தான்.

"சந்நியாசினிகளை வெச்சு மிஸ்யூஸ் பண்ணினதா சொல்றாங்க. பல பொண்ணுங்க அடிக்கட்... பெரிய ஆளுங்க ஆசிரமத்துக்கு வரும்போது அவங்களைக் கவனிச்சுக்கிறது இந்தப் பொண்ணுங்கதான்."

"ஓ."

"சாமியார் நிறைய சொத்து சம்பாதிச்சதும், நிறைய விரோதம் சம்பாதிச்சதும் அந்த விஷயத்திலதான்."

"ஜெனிலியான்னு ஒரு பொண்ணு இறந்துபோச்சாமே?"

அந்த நிருபர் உடனே அதிர்ச்சியுடன் தலை உயர்த்திப் பார்த்தான். "சார், சத்தமா பேசாதீங்க" என்றபடி 'அந்த இடத்தைவிட்டு வெளியே

போய்விடலாம்', எனச் சைகையால் அழைத்தான். வினோத், தான் வந்த ஆட்டோவை அனுப்பியதும், மூவரும் ராமநாதனின் காரில் ஏறினர். அந்த நிருபரின் நடவடிக்கைகள் ஆர்வமூட்டுபவையாக இருந்தன. அவனாகச் சொல்லட்டும் என இருவரும் காத்திருந்தனர். ஆனால், அவன் ஆரம்பிக்கற கதையாக இல்லை.

ராமநாதன் தயக்கமே இல்லாமல் சகஜமாக, "இப்பச் சொல்லு" என ஆரம்பித்தான்.

"எது?" என்றவன், அப்போதுதான் நினைவு வந்தது போல "அதுவா?" என்றான். அவனுக்கு இன்னும் தயக்கம் இருந்தது.

"பை த பை... இவர்தான் நான் சொன்ன ரிப்போர்ட்டர். ராஜ்மோகன்."

வினோத், "வினோத்" என்றான்.

"சொல்லுப்பா... நம்ம ஆளுதான்."

"ஜெனிலியா செத்தப்போ பெரிய கலாட்டா. போலீஸ் ரொம்பக் கெடுபிடி செய்தாங்க. சாமியார் அப்படியே எல்லாத்தையும் அமுக்கிட்டார். பிரஸ்ஸை அலோ பண்ணவே இல்ல. நான்தான் முதல் ஆளா வந்தேன். அதனால உள்ள வந்துட்டேன். ஜெனிலியா இருந்த அறைக்குள்ளே போலீஸ் துழாவிட்டு இருந்தாங்க. நான் ஜன்னல் வழியா பாத்துக்கிட்டு இருந்தேன். அங்க எனக்கு ஒரு டைரி கிடைச்சது. டைரின்னா குட்டி பாக்கெட் நோட்டு. ஆரம்ப ரெண்டு பக்கங்கள்லதான் ஏதோ கிறுக்கியிருந்தது."

"என்ன எழுதியிருந்துச்சு?" என வினோத் அவசரப்பட்டதும் அவன் நிறுத்திவிட்டான்.

"நீ வேற... அதைத்தான் பெரிய நியூஸா அடிக்கணும்னு மோகன் நினைக்கிறாப்ல. ஆனா, நாங்க யாரும் ரிப்போர்ட்டர் இல்ல... தாராளமா சொல்லலாம்."

"இல்ல சார்... நாளைக்குச் சொல்றேன்" என இறுக்கமாகி விட்டான். கார் பெங்களூரு ஆர்.டி. நகருக்குள் நுழைந்தபோது, "பியர் சாப்பிட்டுட்டுப் போறீயா?" எனத் தன் கடைசி அஸ்திரத்தை எய்து பார்த்தான் ராமநாதன்.

"இல்ல சார்... நைட் நியூஸ் கொடுக்கணும். நான் ஆபீஸ் கிளம்புறேன்."

ங்கள்கிழமை காலை... அலுவலகம் அவசரமாகத் திரண்டது. ரம்யாவும் வந்திருந்தாள். வினோத் ஆச்சர்யப்பட்டான். 10.30 மணிக்கே மீட்டிங் வைத்திருந்தாள். கண்ணுக்குத் தெரிந்து மூன்று

கொலைகள் செய்தவளுக்குப் பொன்னியின் செல்வனைப் பற்றி என்ன கவலை? போலீஸ் இன்னும் இவளைச் சுற்றி வளைக்காதது ஏன்? வினோத் மனத்தில் பொங்கி எழுந்த கேள்விகள் பதில் கிடைக்காமல் தவித்தன.

மீட்டிங்கில் ரம்யா கோபமாக இருந்தாள். "ஷெட்யூல் படி இப்ப நாம விண்ணகரக் கோயில் ஆரம்பிச்சிருக்கணும். ஏன் முடிக்கலை... யார் காரணம்?" கடுகடுப்பாகக் கேட்டாள்.

"காம்பிசிட் வேலை எல்லாத்தையும் நான் முடிச்சுட்டேன். ரிக்கிங் வேலை கொஞ்சம் பாக்கி. வினோத் சார்கிட்ட , அன்னிக்கு வந்தியத்தேவனோட குதிரையைக் காட்டி சரி செய்யச் சொன்னேன். பரந்தாமன் கொடுத்தார்னா முடிச்சுடலாம்."

"ராம்குமார், இந்த மாதிரி பதிலை நான் எதிர்பார்க்கல. அவர் தந்தார்னா நான் முடிச்சுடுவேன்னு சொல்லக்கூடாது. அவர் உங்க பக்கத்திலதானே இருக்கார். கேட்டு வாங்கி முடிக்கணும். அந்த ஷெட்யூல்ல முடியலைனா அதில சம்பந்தப்பட்ட எல்லாரும்தான் பொறுப்பு. வினோத்தான் ஏதோ போலீஸ் இஷ்யூல ஒருநாள் வரமுடியாமப் போச்சு... மத்தவங்களுக்கு என்ன? வேலைகளை ஷெட்யூல்படி முடிங்க." அவள் இவ்வளவு கறாராகப் பேசுவாள் என யாரும் நினைக்கவில்லை. ஓர் அமைதி நிலவியது.

"வினோத்... நீங்க இருங்க! மத்தவங்க வொர்க்கைப் பார்க்கலாம்."

கடைசி ஆளும் போனதும் கண்ணாடிக் கதவு சுத்தமாக மூடிவிட்டதா எனப் பார்த்துவிட்டு, வினோத் பக்கம் திரும்பினாள். "என்ன ஆச்சு வினோத்... போலீஸ் பிரச்னையெல்லாம் முடிஞ்சுதா? உன்கிட்ட ரொம்ப எதிர்பார்க்கிறேன். கொஞ்சம் தொடர்ந்து ஃபாலோ பண்ண வேண்டியிருக்கு." சற்றே நெருங்கி, "விரட்டி வேலை வாங்கினாத்தான் முடியும்" என்றாள்.

மூன்று கொலைகள் செய்தவளா... நாமதான் தப்பா முடிவு பண்ணிட்டமா? வினோத் மைக்ரோ விநாடியில் மனப் போராட்டங்களுக்கு ஆளாகி, மீள முடியாமல் தவித்தான். ஜீரணிக்கத் திராணியற்றவனாக இருந்தான்.

"என்ன வினோத்... ஏதோ யோசனையா இருக்கீங்க?"

"வெள்ளிக்கிழமை நைட் உங்களை நுங்கம்பாக்கத்தில ஒரு ஹாஸ்பிடல்ல பார்த்தேன்..." என நேரடியாக ஆரம்பித்தான்.

"எந்த ஹாஸ்பிடலுக்கும் போனதில்லை, சென்னையில. யாரையோ பார்த்திருக்கீங்க."

"நுங்கம்பாக்கத்துக்கு நீங்க வரவேயில்லையா?"

"வெள்ளிக்கிழமையா... இல்லையே" என நியாயமாகவும் நிஜமாகவும் யோசித்தாள்.

"ஞாயித்துக்கிழமை பெங்களூரு போனீங்களா?"

"போலீஸ் சகவாசம்... என்கொயரி பண்ற மாதிரியே கேட்கறீங்க."

"போனீங்களா?"

"நானே வீடு கிடைக்காம... ஹாஸ்டல் ஹாஸ்டலா சுத்தி சண்டேதான் செட்டிலானேன். ஏன் கேட்கறீங்க?"

ரில் பார்த்ததையும் சொல்லலாம் என நினைத்தவன் நிறுத்திக் கொண்டான். "உங்களை மாதிரியே ஒருத்தரைப் பார்த்தேன். அதான்."

"பெங்களூர்ல இருந்து வந்ததில் இருந்து சரியா இருக்கு வேலை. நான் ஒருத்திய நம்பி வந்தா, அவ திடீர்னு கல்யாணம்னு ஊருக்குப் போயிட்டா.அவசரமா ஹாஸ்டல் தேட வேண்டியதாப் போச்சு. சென்னையில இன்னும் எங்கயுமே போகலை."

நம்பும்விதமாகவே சொன்னாள். நம்பலாம் என வினோத்தின் மனமும் சொன்னது. அலுவலகத்தில் யாரிடமும் பகிர்ந்துகொள்ளாததை நம்மிடம் மட்டும் தெரிவிக்கும் ஓர் அந்நியோன்யம் காதலுக்கு நெருக்கமாக இருந்தது. கண்ணால் காண்பது பொய் மனநிலையை ஏற்படுத்தியது அந்த நெருக்கம். சந்தேகங்களை மொத்தமாக ஒதுக்கிவைத்தான். ஒவ்வொன்றாக அவிழ்க்கலாம் என நினைத்தான்.

"சென்னையில முக்கியமா பார்க்க வேண்டிய இடம் எது?" ஆசையாகக் கேட்டாள்.

"எனக்கு மெரினா."

"ஆபீஸ் முடிஞ்சதும் போவோமா?"

வினோத்துக்கு திகிலும் த்ரில்லும் ஊற்றெடுத்தன. ஏழு மணிக்கு கிளம்பினார்கள். அவனுடன் பைக்கில் பயணித்தாள். டிராகுலா மாதிரி கழுத்துப் பக்கமாக வந்து கடித்துவிடுவாளோ என்ற பயத்தைக் காற்றில் பறந்துவந்து முகத்தில் மோதிய அவளுடைய கூந்தல் துடைத்தெறிந்தது. மெரினாவில் காந்தி சிலை அருகே பைக்கை நிறுத்திவிட்டு, இருவரும் கடல் நோக்கி நடந்தபோது, "ரொம்ப நல்லாருக்கு" என்றாள். கடல் அவளுக்கு அளித்த பரவசத்தை வினோத் கவனித்தான். நிலவில் மின்னும் அந்தக் கண்கள், கடல் அலையில் நனைந்துவிடாமல் தொட்டுவிட்டு ஓடிவரும் அவளுடைய குழந்தைமை... அவளைச் சந்தேகிக்க

எப்படித் தனக்கு மனம் வந்தது என நினைத்தான்.

"ரம்யா... இங்கயே இரு. ஏதாவது வாங்கிட்டு வர்றேன்."

"ஐஸ்க்ரீம் கிடைக்குமா?" அலையோசையைமீறி அவள் கத்த வேண்டியிருந்தது.

தம்ஸ் அப் காட்டிவிட்டு, ஐஸ்க்ரீம் கடையை நோக்கி நடந்தான். இரண்டு குல்ஃபி வாங்கிக்கொண்டு கால் புதையும் மணலில் கவிதை மனசு ததும்ப வந்தபோது, ஒருவன் மணலில் அச்சுறுத்தும் அலங்கோலத்துடன் கிடந்தான். கூர்ந்து பார்த்தபோது, ரத்தம் கொப்பளிக்கும் வாயுடன் இறுதிமூச்சுக்கு ஏங்குவது தெரிந்தது. பார்வையை அவசரமாகச் சுழற்றிக் கடற்கரையில் பார்த்தான். ரம்யா அங்கே இல்லை.

7

இந்தமுறை சிக்கக் கூடாது என்பதை மட்டும் மூளை அலாரம் அடித்தது. வேகமாகச் சாலையை நோக்கி வந்தான் வினோத். ரத்தம் கொப்பளிக்கக் கடற்கரை மணலில் கிடந்தவன் இன்னும் சில விநாடிகளில் செத்துவிடுவான் எனப் பளிங்குச் சுத்தமாகத் தெரிந்தது. ஏற்கெனவே ரம்யா செய்த இரண்டு கொலைகளை அருகே தரிசித்த அனுபவத்தில் அதை யூகிக்க முடிந்தபோது உடம்பு நடுங்க ஆரம்பித்தது.

இறந்தவனுக்கு 30 வயதுக்குள் இருக்கலாம். லுங்கி கட்டியிருந்தான். ரம்யா அதற்குள் அங்கிருந்து எஸ்கேப் ஆகிவிட்டது அதிர்ச்சியாக இருந்தது. ரம்யாவுக்கு போன் செய்யலாமா என நினைப்பதற்குக்கூடப் பயமாக இருந்தது. கடற்கரையில் வெளிச்சமும் கூட்டமும் அதிகமாக இருந்த இடத்துக்குப் போய் நின்றுகொண்டு போன் செய்தான். நினைத்தது சரிதான். தொடர்பு எல்லைக்கு வெளியே... ஐந்து நிமிட இடைவெளியில் இன்னொருமுறை போன் செய்தான்... 'சுவிட்ச் ஆஃப்'. எதற்கும் ஒருமுறை பார்த்துவிடலாம் எனக் கடற்கரை மணல்வெளியைக் கண்களால் அலசினான். ரம்யா நிச்சயமாக அங்கே இல்லை. இனி அங்கே நிற்பதும் ஆபத்து என மனதுக்குள் மணி அடித்தது. பைக்கில் ஏறும்போதுதான் கவனித்தான். அங்கே காவல்துறை கண்காணிப்பு கேமரா பொருத்தியிருந்தார்கள். ச்சே!

கஞ்சி போடாத கதர்ச் சட்டை மாதிரி தொளதொளவென வீடு வந்து சேர்ந்தான். அச்சமும் குழப்பமும் அதிகமாக இருந்தது.

போலீஸுக்குப் போன் செய்து எல்லா விவரங்களையும் கதை மாதிரி சொல்லிவிடுவது ஆபத்தைக் குறைக்கும் என உள்மனசு சொன்னது. இன்னும் சில நிமிடங்களில் டி.வி-யில் காட்டப்போகும் பிரேக்கிங் நியூஸுக்காக அதை ஆன் செய்துவிட்டுக் காத்திருந்தான். போன் அடித்தது. பெயரில்லா எண்ணிலிருந்து வரும் அழைப்பு. லேண்டு லைன். போலீஸாக இருக்குமோ? இரண்டு மூன்று ரிங் அடித்த பிறகு யோசனையுடன் எடுத்தான்.

"வினோத்... நான் ரம்யா. என் போனை ஒருத்தன் பிடுங்கிட்டு ஓடிட்டான். என்ன பண்றதுன்னே தெரியலை. உன்னைத் தேடி ஐஸ்க்ரீம் கடைக்கு வந்தேன். உன்னைக் காணோம். உன் நம்பரும் தெரியாது. தவிச்சுப் போயிட்டேன். இன்னும் பீச்லதான் இருக்கியா?"

"இல்ல... ரொம்ப நேரம் தேடிப் பார்த்துட்டு இப்பத்தான் ரூமுக்கு வந்தேன்."

நம்பும்படியாகவே அவள் காரணம் சொன்னாள்.

"போனைப் பிடுங்கிட்டுப் போனவன் எப்படி இருந்தான்?"

"இருட்டுல அடையாளம்லாம் பார்க்க முடியுமா? ஒல்லியா அஞ்சடி உயரம் இருந்தான். லுங்கி கட்டியிருந்தான்."

"லுங்கி கட்டியிருந்தானா?"

"ஆமா. நீ பார்த்தியா?"

"அங்க நிறைய பேர் லுங்கி கட்டியிருந்தாங்க... அப்புறம்?"

"அவனைப் பிடிக்கலாம்னு ட்ரை பண்ணலை. பயத்துல ரோட்டுக்கு ஓடி வந்துட்டேன். தனியா அங்க நின்னுக்கிட்டிருக்க ஒரு மாதிரியா இருந்துச்சு... உடனே ஆட்டோ பிடிச்சு ஹாஸ்டலுக்கு வந்துட்டேன். டைரியில எம்.டி நம்பர் இருந்துச்சு. அவர்கிட்ட உன் நம்பர் வாங்கிப் பேசுறேன். இது ஹாஸ்டல் நம்பர்."

தினம் ஒரு கொலை பண்ண வேண்டும் என ஏதாவது வேண்டுதலா? அவளையும் அறியாமல் கொலை செய்யும் நோயா? அறிந்தேதான் கொலை செய்கிறாளா? ஒரு போனுக்காகக்கூடக் கொலை செய்வாளா?

கேள்விகள்... கேள்விகள்...

"போன் மிஸ் ஆனதுக்கு கம்ப்ளைன்ட் எதுவும் கொடுக்கணுமா?" என்றாள் அக்கறையாக. 'கொலைக்குத்தான் கம்ப்ளைன்ட் கொடுக்கணும்' என நினைத்தான். 'ரம்யாவாக இருக்காதோ? அது எப்படிக் கொலை நடந்த மூன்று இடங்களிலும் அவள் இருக்கிறாள். ஆனால், யதேச்சையாக நடப்பதாக நினைக்க முடியுமா? அதுவும் ஒரே மாதிரி கொலை... வாயில் சுடுவாளோ? வாய்க்குள் கத்தியைச்

தமிழ்மகன் | 39

சொருகி இழுப்பாளோ? இப்படி ரத்தம் கொப்பளிக்கிறதே! என்ன வக்கிரம் இது?'

"எதுவும் வேலையா இருக்கியா வினோத்?"

"இல்லை. கம்ப்ளைன்ட் கொடுப்பது சம்பந்தமாத்தான் யோசிக்கிறேன். எனக்குத் தெரிஞ்ச அட்வகேட் ஒருத்தர் இருக்கார். அவர்கிட்ட விசாரிக்கிறேன்."

அதற்கு அவசியமே இல்லாமல், டி.வி-யில் 'மெரினா கொலை' பிரேக்கிங் நியூஸ் வந்து கொண்டிருந்தது. நிருபர் ஒருவர் கொலை நடந்த இடத்திலிருந்து பிரகாசமான வெளிச்சத்துக்கு நடுவே மைக்கில் முழங்கிக்கொண்டிருந்தார்.

"அப்படியே லைன்ல இரு ரம்யா."

டிவி-யில் நிருபர், 'பீச்சில இளைஞர் ஒருவரின் மர்ம மரணம் பரபரப்பை ஏற்படுத்தியிருக்கிறது. கடற்கரையில் மர்மமாக இறந்து கிடந்த அவருடைய டவுசரில் பத்துக்கும் மேற்பட்ட செல்போன்கள் இருந்தன. அவர் செல்போன் திருடுபவராக இருக்கலாம் என போலீஸார் சந்தேகிக்கிறார்கள். செல்போன் திருடும்போது யாராவது அவரைத் தாக்கியதால் இந்தச் சம்பவம் நடந்திருக்கலாம் என்பது போலீஸாரின் முதல்கட்ட விசாரணையில் தெரியவந்துள்ளது' எனச் சொல்லிக்கொண்டிருந்தார்.

"டி.வி-யில ஒரு கொலை நியூஸைக் காட்டறாங்க. யாரோ செல்போன் திருடனாம். உன்கிட்ட செல்போன் திருடினவன் அவன்தானா பாரு..."

"கொஞ்சம் இருங்க."

ஹாஸ்டலில் டி.வி இருக்கும் இடத்துக்கு ஓடி அவசரமாகப் பார்த்து விட்டு வந்தாள். "ஆமா. அவனேதான்."

"நீ அங்க இருக்கும்போது அவனை யாராவது துரத்திக்கிட்டுப் போறதைப் பார்த்தியா?"

"இல்லையே."

'துரத்திக்கிட்டுப் போனதே நீதானே?' என்ற மனக்குரலை ஒதுக்கி, "இப்ப உன் போன் அவன்கிட்ட இருக்கிறதால எப்படியும் போலீஸ்கிட்ட இருந்து போன் வரும். அதுக்கு முன்னாடி பீச் போலீஸ் ஸ்டேஷனுக்கு போன் பண்ணி உன்னோட போன் மிஸ் ஆனதைச் சொல்லிடு."

"எனக்குப் பயமா இருக்கு வினோத்."

"சரி. நான் அட்வகேட் மூலமா சொல்றேன். அதுதான் சேஃப்டி."

“ப்ளீஸ்!”

ரம்யாவின் நாடகத்தில் தானும் ஒரு மௌன அங்கமாக இருப்பதை நினைத்துப் பார்த்தான் வினோத். எதற்கும் இவற்றை ராமநாதனின் காதில் போட்டுவிடுவது சரி எனப்பட்டது. ராமநாதன் பெயரை செல்போனில் தேடிக் கொண்டிருந்தபோதே அவனிடமிருந்து போன் வந்தது.

“உனக்குத்தாம்பா போன் பண்ண இருந்தேன்.”

“டி.வி-யில பார்த்தேன். அதே டைப்போல இருக்கே.”

“அதேதான். நானும் அவளும்தான் பீச்சுக்குப் போயிருந்தோம். ஐஸ்க்ரீம் வாங்கிட்டு வர்றதுக்குள்ள கூட்டத்தில காணாமப் போயிட்டா. கொஞ்ச நேரத்தில இந்தக் கொலை. ‘என்கிட்டருந்து யாரோ போனைப் பிடுங்கிட்டுப் போயிட்டாங்க. அதனாலதான் கான்டாக்ட் பண்ண முடியாம வீட்டுக்கு வந்துட்டேன்’னு சொல்றா. இப்ப செத்துப்போனவன் பாக்கெட்ல அவளுடைய போன் இருக்கு.”

“தலையே சுத்துது. எப்படியும் அவகிட்ட என்கொயரிக்கு வருவாங்க.”

“போன் மிஸ் ஆகிடுச்சுன்னு ஒரு கம்ப்ளைன்ட் கொடுத்துருவமா?”

“உனக்கு ஏன்டா தலைவலி. விடு. ஒரு கொலைகாரி. சீரியல் கொலைகாரி. மாட்டிக்கிட்டுச் சாகட்டும். தூக்குத் தண்டனை கிடைக்கட்டும். உனக்கென்னடா?”

“ஒரே ஒரு டவுட். என்கிட்ட இருந்து ஒருத்தன் போனைப் பிடுங்கிட்டுப் போய்ட்டான்னு சொல்றா. பதறிப்போய் ரூமுக்கு வந்துட்டு, எம்.டி-கிட்ட நம்பர் வாங்கி என்கிட்ட மன்னிப்புக் கேட்கிறா. அட்வைஸ் கேட்கிறா. ஒருவேளை இவளா இருக்காதோன்னு பத்து பர்சென்ட் பரிதாபம் வருது.”

“ஒவ்வொருமுறை கொலை நடக்கிற இடத்திலும் அவ இருக்கிறாளே... அது எப்படி?”

“அதைத்தான் நானும் கேட்கிறேன். எல்லாக் கொலை நடந்த இடத்திலும் அவ இருந்தா மாதிரியே நானும் இருந்திருக்கேன். நான் கொலை செய்யலைன்னு சொல்றதுக்கான வாய்ப்பு இருக்கிற மாதிரி... அவ செய்யலைங்கிறதுக்கும் ஒரு சான்ஸ் இருக்கு இல்லையா?”

“நீங்க ரெண்டு பேரும் இருக்கிற இடத்தில இந்தக் கொலையை வேற ஒருத்தர் செய்றார்னு புதுக்கதையா?”

வினோத் யோசித்தான். ‘ஒவ்வொரு சம்பவத்திலும் நாங்கள் இருவரும் சாட்சியாக இருக்க வேண்டிய அவசியம் என்ன?

எங்கள் முன்னிலையில் பழிவாங்க நினைக்கிறார்களா? ரம்யா முன்னிலையில் என்பது சரி. நான் எதற்குக் கொசுறு?' கொஞ்சம் பழைய கதைதான். இருந்தாலும் சொல்லலாம் என நினைத்தான். "மோகினி பிசாசுன்னு சொல்லுவாங்களே அப்படி ஏதாவது?"

"இதப்பார் வினோத். உன்னோட ஃப்ரெண்ட்ஷிப்பே வேணாம்னு கட் பண்ணிடுவேன்." ராமநாதன் உஷ்ணமாகிவிட்டான்.

"எதுக்குச் சொல்றேன்னா... அந்த பார், அந்த ஹாஸ்பிடல், பெங்களூரு விசிட் எதுவுமே அவளுக்குச் சம்பந்தமில்லாம இருக்கு. நான் சென்னைக்கு வந்து எங்கயுமே போகலைன்னு சொன்னா. அதற்குப் பிறகுதான் பீச்சுக்குப் போகலாம்னு ப்ளான் பண்ணோம்."

"ஸ்ஸ்ஸ்... பார்த்துடா! உன் வாய்ல இருந்து ரத்தம் எடுத்துறப் போறா."

"கரெக்ட். எல்லாருமே ரத்தம் கக்கிச் சாகிறதைக் கவனிச்சியா? அதனாலதான் ஏதோ ஓர் அமானுஷ்யம் இருக்குன்னு சொல்றேன்."

ராமநாதனிடம் பதில் இல்லை. யோசிக்கிறான் எனத் தெரிந்தது.

"என்ன யோசிக்கிறே?"

"ஒரு குருஜி ஞாபகம் வந்தாரு... சரி, அது இருக்கட்டும். இப்ப அந்த ரிப்போர்ட்டர் போன் பண்ணான்."

"எந்த ரிப்போர்ட்டர்?"

"அந்த பெங்களூரு ரிப்போர்ட்டர். ராஜ்மோகன். அந்த டைரிக்குறிப்பைச் சொன்னான். ஜெனிலியா டைரி... ரெண்டு பக்கம் கிறுக்கியிருந்ததா சொன்னானே..."

"ஆமா."

"பத்திரிகையில் அந்த டைரி விவரத்தை எழுதிட்டானாம்... இனிமே டீடெய்ல் கொடுக்கிறதில தப்பில்லைனு சொல்லிட்டு எல்லாத்தையும் சொன்னான்."

"என்ன கிறுக்கியிருந்ததாம்?"

"சில பெயர்களை எழுதி வச்சிருந்தாளாம்!"

"என்னென்ன பெயர்லாம் இருந்ததாம் அந்த டைரியில?" என்றான் வினோத்.

"நிமோஷ், குமரேசன், சுப்ரமணி... அவ்வளவுதான். முதல் பக்கத்தில அன்புடைய ரம்யாவுக்குன்னு எழுதிவெச்சிருக்கா."

ரம்யா தெரிகிறது. மற்ற மூவர்?

அவசரமாக டேபிள் மீதிருந்த பழைய செய்தித்தாள்களைப்

புரட்டினான். நினைத்தது சரிதான். நிமோஷ்... அந்த பார் இளைஞன். குமரேசன், அந்த ஹாஸ்பிடல் டாக்டர். சுப்ரமணி? இந்த பீச் பையனா? ஜெனிலியா குறிப்பிட்ட அந்த நபர்கள் எல்லாருமே காலி. ரம்யாதான் கொல்கிறாளா? இல்லை... ஜெனிலியாதான் ரம்யா உடம்பில் ஆவியாகப் புகுந்து நடத்துகிறாளா?

வினோத்துக்கு நடுங்கியது.

8

தமிழகக் காவல்துறையின் டாப் தலைகள் அத்தனை பேரும் டி.ஜி.பி அலுவலகத்தில் இருந்தனர். நீள் வட்ட டேபிளைச் சுற்றியிருந்த அத்தனை நாற்காலிகளும் நிரம்பியிருந்தன. முக்கியத்துவம் வாய்ந்த கூட்டம் என்பது அங்கிருந்த தலைகளின் பெருமையால் தெரிந்தது. சட்டம் ஒழுங்கு டி.ஜி.பி சண்முகநாதன், சென்னை சிட்டி கமிஷனர் ராம்சிங், ஜாயிண்ட் கமிஷனர்கள், ஃபாரன்ஸிக் டிபார்ட்மெண்டில் இருந்து ஃப்ரெட்ரிக், சைபர் க்ரைம் டிபார்ட்மெண்டில் இருந்து மஜூம்தார், கொலைச் சம்பவம் நடந்த ஏரியாக்களின் ஏ.சி–க்கள் டி.சி–க்கள், ஏரியா இன்ஸ்பெக்டர்கள் என அவ்வளவாக ஒன்று சேராத முகங்கள்.

"சென்னையில் மூன்று கொலைகள், பெங்களூரில் ஒரு கொலை... எல்லாமே ஒரே டைப். ஒரு தடயமும் இல்லை. எல்லாம் ஒரே வாரத்தில்." ட்வீட் போல சிக்கனமாகச் சொன்னார் சண்முகநாதன்.

"கொலை நடந்த எல்லா இடங்களிலும் கேமரா இருந்திருக்கு. கொலை நடந்த இடங்களில் ஒரு பெண் இருந்திருக்கா. ஆனா, அவளோட முகம் பதிவாகல" என்றார் கமிஷனர். சைபர் க்ரைம் மஜூம்தார், தலையசைப்பில் 'ஆமாம்' என்றார்.

"கேமராவில எதுவும் பிரச்னையா? பதிவாகல மீன்ஸ்?" க்ரைம் பிராஞ்ச் செக்ஷன் அக்பர் கேட்டார்.

யார் கேட்டார்கள், யார் சொன்னார்கள் என்பதை அதற்கு மேல் கவனிக்க முடிவதாக இல்லை. மாற்றி மாற்றி நிறையச் சொல்லிக்கொண்டு போனார்கள்.

எல்லோரும் கோபப்பட்டுக் கத்தி முடிந்த பின்பு நிதானமாகச் சொன்னார் மஜூம்தார். "சார், அந்தப் பெண்ணோட டிரஸ், வாட்ச்,

செருப்பு எல்லாம் தெரியுது. முகம் தெரியலை. கை தெரியலை.”

“ஏன்?”

“கேமராவில பதிவாகாத அளவுக்கு ஏதோ கெமிக்கல் பயன்படுத்தியிருக்கிறதா சந்தேகப்பட்டோம். ஆனா, ‘இன்விசிபிள் வுமன்’ போல அவளோடு உடம்பு பூசிவிட்டாப்போல இருக்கு. அப்படி ஒரு கெமிக்கல் இருக்குமான்னு ரிசர்ச் போய்க்கிட்டிருக்கு.”

“நேர்ல பார்க்கிறவங்களுக்குத் தெரிந்தாளா?” என்றார் டி.ஜி.பி.

“நேர்ல பார்த்திருக்காங்க. ஆனா, யாருக்கும் அடையாளம் சொல்லத் தெரியலை. பார், ஹாஸ்பிடல் ரெண்டுலயும் சொன்னது இதுதான். ஓவர் மேக்கப், லிப்ஸ்டிக், கிளாமரான டிரஸ்... இப்படித்தான் சொல்றாங்க.”

“நாலு கொலைகளையும் எப்படி கனெக்ட் பண்ணீங்க?”

“சார் சொன்னாரே... எல்லாம் ஒரே டைப். வாய்ல ரத்தம் பீறிட்டுச் செத்திருக்காங்க. கொலை நடந்த மூணு இடங்கள்லயும் ஒரு பெண் இருந்திருக்கா.”

“சரியாச் சொல்லணும்னா...” மஜூம்தார் எல்லாரையும் ஒருமுறை சம்மதம் கேட்பதுபோல பார்த்துவிட்டு, “ரத்தம் கக்கிச் செத்திருக்காங்க” என்றார்.

“என்ன சொல்றீங்க மஜூம்தார்?”

“சார்... யாருக்கும் ஒரு காயமும் இல்லை. வாய் வழியா குடம்குடமா ரத்தம் சிந்தியிருக்காங்க. ஒரு காரணமும் புரியாம இருக்கு.”

“விட்டா மோகினி அடிச்சுடுச்சுன்னு சொல்வீங்க போல.”

டி.ஜி.பி கரெக்டா சொல்லிவிட்டார் என்பது போல ஆச்சர்யமும் மகிழ்ச்சியுமாகப் பார்த்தார் மஜூம்தார். “ஆமாங்கிறீங்களா?” டி.ஜி.பி அவருடைய நோக்கத்தை உணர்ந்துவிட்டவர்போல கேட்டார்.

“ஆமா சார்!” என்றார்.

“விளையாடறீங்களா மஜூம்தார்?”

“இல்ல சார். இதில ஏதோ அமானுஷ்யம் இருக்கு. நம்ம லெவலுக்கு மேல! எல்லாக் கொலையும் ஒரு நொடியில் நடந்த மாதிரிதான் எல்லாரும் சொல்றாங்க. பெங்களூரு சாமியார் விஷயத்திலும் இப்படித்தான் சொன்னாங்க. ‘ஒரு பெண் வந்தா. சாமியாரோட அறைக்குள்ள போய் அடுத்த நிமிஷமே வெளிய வந்து மாயமாகிட்டா’ன்னு சொன்னாங்க. ஹாஸ்பிட்டல் என்கொயரியிலயும் இதேதான். ஒரு பெண். அவகிட்ட எந்த ஆயுதமும் இல்லை. ஹாஸ்பிட்டல்லயும் சாமியார் ஆசிரமத்துலயும் மெட்டல் டிடெக்டர் வச்சு செக்கப் பண்ணித்தான் உள்ள

அனுப்பறாங்க. அந்த ரெண்டு இடத்திலயும் அவகிட்ட எந்த ஆயுதமும் இல்லை. ஆனா, ஒரு ஹெல்த்தியான ஆளை ஒரு நொடியில ரத்தம் கக்க வெச்சுட்டுப் போயிருக்கா. இது விநோதமா இருக்கு.”

எல்லோருமே பதிலுக்குப் பேச வார்த்தைகள் இன்றி கேட்டுக் கொண்டிருந்தனர். “என்னப்பா பயமுறுத்துறீங்க?” என்றார் டிஜிபி.

“ஒரு இடத்திலும் தடயமே இல்லை; கைரேகை இல்லை; ஆயுதம் இல்லை. கேமராவில் முகம் பதிவாகலை. ஒரு பெண் எப்படி ஆம்பளைகளை இவ்வளவு ஈஸியா கொன்னுட்டுப் போக முடியும்? அதுவும் பீச்ல நடந்தது... கற்பனையே பண்ண முடியாதது. செல்போன் திருடிக்கிட்டு ஓடினதைப் பார்த்திருக்காங்க. கொஞ்ச தூரம் ஓடினவன் அப்படியே இருட்டில ரத்தம் கக்கி விழுந்திருக்கான். பார்வையாலேயே கொன்னாத்தான் முடியும்.” - ஃப்ரெட்ரிக் தன் பங்குக்குச் சொன்னார்.

“என்ன மோட்டிவ்?”

“கொஞ்சம் இதையெல்லாம் நம்பித்தான் பேச வேண்டியிருக்கு. பெங்களூரு ஆசிரமத்தில ஜெனிலியான்னு ஒரு பொண்ணு சந்நியாசியா சேர்ந்திருக்கா. திடீர்னு செத்துப்போயிட்டா. அப்ப பெங்களூரு போலீஸை வெச்சு கமுக்கமா கேஸை முடிச்சுட்டாங்க. அந்தப் பெண்ணை செக்ஸ் டார்ச்சர் செஞ்சவங்கதான் இப்ப வரிசையா செத்திருக்கிறதாச் சொல்றாங்க. பார்ல செத்த நிமோஷ், டாக்டர் குமரேசன் ரெண்டு பேரும் சாமியார் ஆசிரமத்துக்கு வந்த ஆதாரங்களை லிங்க் பண்ணிட்டோம். பீச்ல செத்துப்போனவன் பத்தி விசாரிச்சுக்கிட்டு இருக்கோம்.”

“அந்த ஆசிரமத்துல பாதிக்கப்பட்ட யாரோதான் இதுக்கெல்லாம் பின்னால இருக்காங்க. அங்க இருந்த எல்லாப் பெண்களோட பேக்கிரவுண்டையும் பிடிங்க. குறிப்பா ஜெனிலியா. ஆளைப் பிடிச்சுட்டா... இதில் இருக்கிற டெக்னிக்கல் ஆஸ்பெக்டை அப்புறம் பிடிக்கிறது ஈஸி. என்ன டெக்னிக்ல கொல்றாள்னு அவகிட்டக் கேட்டுக்கலாம்.”

“வேற ஏதாவது?”

“பீச்ல செத்துக்கிடந்தவன் கை விரல்ல தலைமுடி சிக்கியிருக்கு. நீளமா, லேடியோட ஹேர்தான். அக்யூஸ்ட் லிஸ்ட்ல மேட்ச் பண்ணிப் பார்க்கணும்.” கொலையில் சம்பந்தப்பட்டது ஒரு பெண்தான் என்று கையில் இருக்கிற இன்னொரு ஆதாரத்தைச் சொன்னார் மஜும்தார்.

“ஹோம் செக்ரட்டரி டீடெய்ல்ஸ் கேட்டிருக்கார்... இன்னும் ரெண்டு நாள்ல ரெக்கார்ட்ஸ் அவர் டேபிளுக்குப் போகணும். ஓகே?” என்றார் டி.ஜி.பி.

அடுத்த வாரத்தில் சட்டசபை கூடுவதாக இருக்கிறது. போலீஸ் தரப்புக்கு இந்த கேஸ் சங்கடம் தரக்கூடியதுதான். குற்றவாளியை நெருங்கிவிட்டது போலவும், விசாரணைத் தீவிரமாக நடப்பதுபோலவும் அறிக்கை தயாரித்து பிரஸ் ரிலீஸ் ஒன்றையும் கையோடு அனுப்பிவிட்டுக் கலைந்தனர்.

தேவையில்லாத கற்பனைகள்தான் உலகில் மிகப் பெரிய அச்சமாக மாறுகின்றன. காலையில் ரம்யா போனை இப்படியும் அப்படியும் ஆட்டிக்கொண்டே சிரித்தபடி வந்தாள். அவளுடைய போன் அவள் கைக்கு வந்துவிட்டது. அவள் சொன்னது அத்தனை சாதாரணமாக இருந்தது. "காலையில மெரினா போலீஸ் ஸ்டேஷனுக்கு போன் செஞ்சு 'போன் மிஸ் ஆகிடுச்சு'ன்னு சொன்னேன். ஒரு லேடி கான்ஸ்டபிள் பேசினாங்க. 'உங்க போன்தான் என்பதற்கு ஏதாவது ப்ரூஃப் கொண்டுவாங்க'னு சொன்னாங்க. போன் வாங்கின பில் இருக்குன்னு காட்டினேன். போனைக் கொடுத்துட்டாங்க" என்றாள்.

"வேற ஒண்ணுமே கேட்கலையா?"

"எப்படி தொலைஞ்சதுன்னு கேட்டாங்க. பீச்ல போன்ல பேசிக்கிட்டு இருந்தப்ப ஒருத்தன் பிடுங்கிட்டு ஓடிட்டான்னு சொன்னேன். கொலை சம்பந்தமா நான் எதுவும் பேசிக்கலை" என்றாள்.

"உனக்கு சிஸ்டர்ஸ் இருக்காங்களா?" வினோத் ஆதாரமான கேள்விகளை கேட்க ஆரம்பித்தான்.

"இல்லையே... என்ன வினோத். என்னை மாதிரியே யாரையோப் பார்த்தேன்னு சொன்னே... இப்ப எனக்கு சிஸ்டர்ஸ் இருக்காங்களான்னு கேட்கிறே?"

"நிமோஷ், குமரேசன், சுப்ரமணி... இந்தப் பெயர்கள்ல யாரையாவது உனக்குத் தெரியுமா?"

அவள் நெற்றியைச் சுருக்கி அழகாக யோசித்தாள். நெற்றிச் சுருக்கம் அப்படியே இருக்க, உதடு மட்டும் பிதுக்கம் காட்டி 'இல்லை' என்றது. ரம்யாவுக்கு இந்தக் கேள்விகளெல்லாம் புதிதாகவும் புரியாததாகவும் இருந்தன. உதடுகள் இப்போது புன்னகைக்கு மாறின. தொடர்ந்து கொலைசெய்பவளால் இப்படியெல்லாம் சிரிக்கவே முடியாது. "உன் மனசுல என்னவோ இருக்கு. முழுசா கேட்டுடு" என்றாள்.

ஜெனிலியா பற்றிக் கேட்கலாமா என நினைத்தான். 'எப்படித் தெரியும்' எனக் கேட்பாள். பெங்களூரு சென்று விசாரித்தது அத்துமீறலான செயல் எனக் கோபப்படுவாள்.

"முழுசா கேட்கணுமா... அதெல்லாம் ஒண்ணுமில்ல. சும்மா கேட்டேன். நாம இப்ப வேலையைப் பார்ப்போம். சேந்தன் அமுதன்,

அந்தப் பேச முடியாத அம்மா எல்லாம் ரெடியாகிடுச்சு. குந்தவை, வானதிக்குக் கொஞ்சம் வித்தியாசம் காட்டச் சொன்னேன். குந்தவைக்கு மணியம் வரைந்த மாதிரியே நீண்ட கொண்டை போட்டாச்சு." வினோத், கிராஃபிக்ஸ் பொன்னியின் செல்வன் கேரக்டர்களை அடுக்கிக்கொண்டே போனான். அவன் திசை திருப்புவது ரம்யாவுக்கு நன்றாகத் தெரிந்திருந்தும் அவன் போக்குக்கே வந்தாள்.

"வினோத், ஒண்ணு புரிஞ்சுக்கங்க. இது கேம். சினிமா மாதிரி போய்க்கிட்டே இருக்கக் கூடாது. 'அன்ரியல் இன்ஜின்'ல எல்லாமே ஆட்டோ ரெண்டரிங்தான். சும்மா சும்மா ரெண்டரிங் போட்டு டைம் வேஸ்ட் பண்ண வேண்டியதில்லை. இன்னொரு விஷயம். சில அத்தியாயங்கள்ல கேம் ஆப்ஷன் இன்ட்ரஸ்டிங்கா இல்ல. ஸ்க்ரிப்ட் ரைட்டர்கிட்ட கொஞ்சம் பேசுங்க. இல்ல, நாளைக்கு வரச் சொல்லுங்க. முக்கியமா 12-வது அத்தியாயத்தில நந்தினியை பழுவேட்டரையர் கடத்திக்கிட்டுப் போறதைத் தட்டையா சொன்னா போதாது. நந்தினிக்கு என்ன ஆச்சுன்னு ரெண்டு ஆப்ஷன் வைக்கணும். பாண்டிய மன்னனைக் கொன்னது போல அவளையும் கொன்னுட்டாங்களா, இல்லை உயிரோட இருக்காளான்னு."

"உனக்குக் கொலைன்னா ரொம்பவும் பிடிக்குமா ரம்யா?" விளையாட்டாகக் கேட்கிறமாதிரி ஒரு கேள்வியைக் கேட்டுவிட்டு, அவளுடைய முகக் குறிப்பைக் கவனித்தான். ரம்யாவின் நெருக்கத்தில் ரம்யமான பாடி ஸ்ப்ரேவை நுகர முடிந்தது. அபத்தமான கேள்விக்கான பதில்வினையாக ஒரு சிரிப்பை வழங்கினாள்.

"அப்பத்தானே கதையில சுவாரஸ்யம் இருக்கும்" என்றாள் சாதாரணமாக.

மதிய உணவுக்குப் பிறகு கீழே சென்று, ஒரு தம் போட்டுவிட்டு சாவகாசமாக மாடிக்கு வந்தான் வினோத். ரம்யாவின் அறையில் அவள் இல்லை. அவளுடைய சிஸ்டத்தில் ஏதோ கிராஃபிக்ஸ் அனிமேட் ஆகிக்கொண்டிருந்தது. யோசனையோடு உள்ளே சென்று பார்த்தான். மானிட்டரில் ரம்யா... கிராஃபிக்ஸ் ரம்யா. ஏதோ பாரில் துப்பாக்கி முனையால் கன்னத்தைச் சொறிந்தபடி இருந்தாள். இவளுடைய பிரத்யேக கேம். சப்த நாடியும் தகிக்க, ஒரு சுதாரிப்பில் அதைத் தன் செல்போனில் படம் எடுத்துக்கொண்டான். விரைவாக தன்னுடைய இருக்கைக்கு வந்து படத்தை செல்போனில் இன்னொரு தரம் பார்த்தான். கிட்டத்தட்ட பாரில் பார்த்த உடை... கிட்டத்தட்ட அதே ரம்யா.

9

னோத்தும் ராமநாதனும் தாங்கள் என்ன விஷயமாக வந்திருக்கிறோம் என்பதை குருஜியின் அடிப்பொடிகளிடம் சொல்லிவிட்டு, அழைப்புக்காகக் காத்திருந்தனர்.

சுவர்களில் நிறைய செப்புத் தகடுகள் பிரேம் போட்டு மாட்டப்பட்டிருந்தன. நாக்கைத் தொங்கப்போட்டபடி காளி படம் ஒன்று பிரதானமாக மாட்டிவைக்கப்பட்டிருந்தது. எலுமிச்சைப் பழம், படிகாரம், மிளகாய், அட்டமுட்டிக் காய்... என ஒரு நீண்ட கறுப்புக் கயிற்றில் கட்டித் தொங்கவிட்டிருந்தனர். பேய் நினைவைத் தாங்கி நிற்கும் பழைய கட்டடம். ‘சென்னையின் பிரதானமான பேய் நிபுணர்’ எனப் பலரும் சிபாரிசு செய்திருந்தனர். அவர் பெயரை யாரும் சொல்லவில்லை. ‘முனி குருஜி’ என்றார்கள். ராமநாதன் குருஜி என்றுமட்டும் சொன்னான்.

உள்ளே அழைத்தார். சடைமுடியும் ருத்ராட்சக் கொட்டைகளும் தாங்கிய மார்போடு இடுப்பில் காவி உடுத்தியிருந்தார். உடலில் குங்குமம் பூசியிருந்தார். பத்து ரூபாய் நாணயம் அளவுக்குக் கறுப்புப் பொட்டு. அவர் இருந்த அறை, வெளியே இருந்த அறையைவிட அச்சமூட்டுவதாக இருந்தது. அடங்கிய சிறிய அறை. காற்றோ, ஆவியோ வெளியேறிவிடாதபடி இறுக்கமாக இருந்தது. குண்டு பல்பு ஒளியில், அறையில் வெளிச்சத்தைவிட நிழல் அதிகமாக இருந்தது. கையில் ஆர்னமென்ட்டாக இருந்த குறுந்தடியை உயர்த்தி, அமருமாறு சைகை செய்தார். இரண்டு பேரையும் மிரட்டும் விதமாகப் பார்த்துவிட்டு, கண்களை இறுக மூடி, கையில் இருந்த சோழிகளைக் குலுக்கி, எதிரே இருந்த பலகையில் கொட்டினார். சில மல்லாந்தும் சில கவிழ்ந்தும் கிடந்தன.

அவற்றை ஊன்றிப் பார்த்துவிட்டு, "தந்த்ரா சாஸ்திரம் என்பது தந்த்ரமும், மந்திரமும் இணைஞ்சது. அதனால சிலர் இதை தாந்த்ரீகம்னு சொல்வாங்க. பேய், பிசாசு, ஆவி, மோகினின்னு நம்மால் நம்பப்படும் சக்திகள், நம் கண்ணுக்குத் தெரியாத உலகத்தில் வாழுகின்றனவே தவிர, இந்த உலகத்தைவிட்டு எங்கும் சென்றுவிடவில்லை. நீங்க மோகினியால பாதிக்கப்பட்டு இங்க வந்திருக்கீங்க. வரிசையா ஆம்பளைகளைக் கொன்னுக்கிட்டு இருக்கு. எல்லாம் டி.வி-யில பார்க்கிறேன். நீங்க இங்க வருவீங்கன்னு தெரியும். மோகினின்னா அழகானவ. அழகு இருக்கிற இடத்தில் ஆபத்தும் இருக்கு. அவளுக்கு அபரிமிதமான அமானுஷ்ய சக்திகள் உண்டு.

ஒரு பெண் திருமணம் ஆகாம... கன்னித்தன்மை நீங்காம இறந்து போனா, அவ மோகினியா மாறுவா. பொதுவா ரெண்டுவிதமான மோகினிகள் உண்டு. ஒண்ணு, சாத்வீக மோகினி, இன்னொண்ணு ராஜஸ மோகினி. சாத்வீகமான மோகினி என்பது விதி முடிந்து இறந்துபோனவ. இந்த மோகினிகள் கெடுதி செய்றது இல்லை. விதி முடியாம செத்துப் போனவளை ராஜஸ மோகினின்னு சொல்லுவாங்க. இதுக்குக் கோபம் மட்டுமே குறியா இருக்கும். தனது செயலால் மத்தவங்க கஷ்டப்பட்டா, அதுகளுக்கு அது ஒரு விளையாட்டாத்தான் தெரியும். நீங்க சொல்ற மோகினி, ராஜஸ மோகினி. என் பிரசன்னத்தில் அவ இன்னும் நாலு பேரைக் கொல்லுவான்னு சொல்லுது. நான் என்ன செய்யணும் சொல்லுங்க?" என்று கேட்டபடி கண்களைத் திறந்து பார்த்தார்.

"அடுத்து யாரைக் கொல்லப் போறாள்னு தெரிஞ்சா நம்மால காப்பாத்த வழியிருக்கா? போலீஸுக்குத் தகவல் சொல்லிக் காப்பாத்த முடியுமா?" ராமநாதன் கேட்டான்.

"போலீஸ் உங்களை நம்பாது. மோகினியை எதிர்த்து நாம ஒண்ணும் செய்ய முடியாது. ஆவியைச் சாந்தப்படுத்தணும். அது ஒண்ணுதான் வழி."

"சாந்தப்படுத்தணும்னா என்ன பண்ணணும்?"

"அவங்ககூட நெருக்கமா பழகின ஒருத்தரைக் கூட்டிட்டு வாங்க. அவங்க மூலமாத்தான் அந்த சாங்கியத்தைச் செய்யணும்."

ராமநாதனும் வினோத்தும் ஒரே நேரத்தில் ரம்யாவை நினைத்தனர்.

ராமநாதன் மிகவும் நம்பிக்கையாக, "குருஜி... ஒருத்தங்க இருக்காங்க. நாளைக்கு அவங்களைக் கூட்டிக்கிட்டு வர்றோம்" என்றான். குருஜி ஆயிரம் ரூபாய் வாங்கிக்கொண்டு இரண்டு எலுமிச்சைப் பழங்களைத் தந்தார். "எந்த ஆபத்தும் வராது...

எப்பவும் பாக்கெட்ல வெச்சுக்கங்க" என்றார். எத்தனை நாளைக்கு வைத்திருக்க வேண்டும் எனக் கேட்கத் தைரியமில்லை.

வெளியே வந்து வினோத், அவசரமாக இரண்டு சிகரெட்டுகளை அடுத்தடுத்து ஊதினான். "நீ என்ன தைரியத்தில நாளைக்குக் கூட்டிக்கிட்டு வர்றோம்னு சொன்னே?" என்றான் வினோத்.

"குருஜி சொல்றது நம்பறா மாதிரிதான் இருக்கு. ஆசிரமத்தில அந்தப் பொண்ணு ஜெனிலியாவ சில ஆம்பளைங்க டார்ச்சர் பண்ணியிருக்காங்க. செத்துப் போய், இப்ப ஆவியா வந்து பழிவாங்குறா. ஆனா, எதுக்கு ரம்யா போல வந்து பழிவாங்குறாள்னு தெரியலை."

"இதப் பார் வினோத். நாளைக்கு அந்தப் பொண்ணைக் கூட்டிக் கிட்டு வந்து நாலு கொலைகளைத் தடுப்போம். வேற வழியில்லை. இதில பெரிய செலவு ஒண்ணுமில்ல. ரெண்டு எலுமிச்சைப்பழம். ஆயிரம் ரூபா தட்சணை. அவ்வளவுதான்! கிளம்பும்போது எலுமிச்சைப் பழத்தை நம்மகிட்டயே தந்துடுவார்."

"டேய்... நீ ஒருத்தன். ரம்யா வரணுமே?"

அவர்கள் நின்றிருந்த கடையின் கண்ணாடி டிஸ்ப்ளேவில் டி.வி ஓடிக்கொண்டிருந்தது. அதில் ரம்யா சம்பந்தப்பட்ட அடுத்தடுத்த கொலைகளை வரிசையாகக் காட்டினர். பேசும் படம் போல இருக்கவே, "வாடா, உள்ள போய்ப் பார்க்கலாம்" என்றான் வினோத்.

"என்ன மாடல் பாக்கறீங்க சார்" என வணக்கம் சொல்லி வரவேற்ற சிப்பந்தியைப் புறக்கணித்து, டி.வி-யை நெருங்கிப் பார்த்தனர்.

"நிமோஷ், குமரேசன், ஆசிரம சாமியார், ஜஸ்டின் கொலைகள் நாட்டில் பரபரப்பை ஏற்படுத்தியுள்ளன. இந்த நான்கு பேரும் ஒரே மாதிரியாகக் கொல்லப்பட்டிருப்பதும், இன்னமும் கொலையாளியைக் கண்டுபிடிக்க முடியாமல் இருப்பதும் காவல் துறைக்குச் சவாலாக மாறியுள்ளது." செய்தி வாசிப்பவர் சொல்லிவிட்டு நிறுத்தினார். நான்கு கொலைச் சம்பவங்களையும் ஒவ்வொன்றாகக் காட்டினர். "நான்கு பேருமே ரத்தம் கக்கி இறந்துபோனதாகச் சொல்லப்படுகிறது. இந்தக் கொலைகளில் தொடர்புடையவர் ஒரு பெண் என்பது ஊர்ஜிதமாகியுள்ளதாகக் காவல் துறையினர் தெரிவிக்கின்றனர். சி.சி.டி.வி கேமராவில் உருவம் சரியாகப் பதிவாகாததால், கொலைகாரியின் உருவத்தை கம்ப்யூட்டரின் உதவியுடன் ஓவியமாக வரைந்துள்ளனர்." இப்போது அந்த ஓவியத்தைக் காட்டினர். அது கேபரே டான்ஸர் ஒருவரின் சில்அவுட் படம்போல இருந்தது.

“எனக்கு ஒண்ணு மட்டும் புரியலை. மெரினாவுல செத்துப் போனது ஜஸ்டின்னு சொல்றாங்க. அது ஜெனிலியா லிஸ்ட்ல இல்லாத பேர். அவன் ஏதோ குறுக்க வந்து செத்தவன்னு வெச்சுப்போம். அப்ப அடுத்துச் சாகப் போகிற சுப்பிரமணி யாரு?” வினோத் அச்சத்துடன் கேட்டான்.

ழைய டெல்லியின் மசூதி தெருவில் சயின்டிஸ்ட் சுசீந்திரன் வீடு பரபரப்பாக இருந்தது. ஒரு ஜீப்பில் உயர் அதிகாரிகள் வந்து இறங்கியதால், வீட்டைச் சுற்றி மக்கள் கூடினர். கடந்த வாரத்தில் ஒருநாள் அடையாளம் தெரியாத யாரோ ஒருவரால் சுசீந்திரன் கொல்லப்பட்ட நேரத்தில் இதே பரபரப்பு இருந்தது. அசிஸ்டெண்ட் கமிஷனர் சுரேந்தர் சிங்கும் ஏரியா இன்ஸ்பெக்டரும் உள்ளே சென்றனர். சுசீந்திரனின் மனைவி நிர்மலாவிடம் இன்னும் அதிர்ச்சியோ, அழுகையோ மறையவில்லை. சிங், “உங்கள் கணவரைப் பார்க்க வந்தது ஒரு பெண் என்றுதானே சொன்னீர்கள்?”

“ஆமாம்.”

“எப்படி இருந்தாள்?”

“ஜெர்கின் போட்டிருந்தாள்...”

“டெல்லி குளிருக்கு எல்லோரும் போடுவார்கள்... அவள் பேசியதில்... நடவடிக்கையில்?”

“‘கடவுள் துகள் சம்பந்தமாக’ அவசரமாகப் பார்க்க வேண்டும் என்றாள்.”

“இதை அன்றே சொல்லிவிட்டீர்கள். அவள் அதுக்கு முன்னாடி வந்ததில்லை, இல்லையா?”

“இல்லை.”

“சவுத்ல இதே போல நான்கு கொலைகள் நடந்திருக்கு. ஒரு பிசினஸ் மேன், ஒரு டாக்டர், ஒரு சாமியார், ஒரு பிக்பாக்கெட். எல்லா இடங்களிலும் ஒரு பெண்... வாயிலிருந்து ரத்தம் சிந்துதல்... ஆயுதம் இல்லாத கொலை.”

“நாகினி சீரியல் மாதிரி இருக்கிறது.” இந்த சோகத்திலும் நிர்மலாவுக்கு இப்படி ஓர் ஒப்பீடு நினைவுக்கு வந்தது.

அசிஸ்டென்ட் கமிஷனர் சிரித்தார். “அப்படியும் யோசித்துக் கொண்டிருக்கிறார்கள். ஆனால், சட்டத்தின்முன் அதெல்லாம் செல்லாது. இந்தியா முழுக்க அதிர்ச்சி மரணங்களுக்குக் காரணம் ஒரு 25 வயசுப் பெண். அவள் எப்படி எல்லா இடங்களுக்கும் போகிறாள் என்பதே ஆச்சர்யம். இங்கு எப்படி வந்தாள், டாக்ஸியிலா?”

"அதைக் கவனிக்கவில்லை. அன்றே செக்யூரிட்டியிடமும் கேட்டார்கள். அவளைப் பார்க்கவே இல்லை எனச் சொல்லி விட்டார். ஏதோ 'நாகினி' போலத்தான் இருக்கிறது."

"டாக்டர் இறந்தபிறகு யாராவது தேடி வந்தார்களா... அந்தப் பெண் கேட்டதுபோல 'ஹிக்ஸ் போஸான்' பற்றி கேட்டார்களா?"

நிர்மலா யோசித்தார். "அவருடைய மாணவி ஒருத்தி ஆறுதல் சொல்லிப் பேசினாள். டாக்டர் கட்டுரையை 'செர்ன்' அமைப்புக்கு அனுப்பிவிட்டாரா எனக் கேட்டாள். எனக்கு அதைப்பற்றித் தெரியாது எனச் சொல்லிவிட்டேன்."

'செர்ன்' என்ற பதம் கடவுள் துகளுடன் சம்பந்தப்பட்டது என நினைவில் இடித்தது.

"அவங்க நம்பர் இருந்தா கொடுக்க முடியுமா?"

"நம்பர்..." என செல்போனை எடுத்துத் தேடினார். சிறிய யோசனைக்குப் பிறகு, "நான் நம்பரை சேமிக்கவில்லை. 19-ம் தேதி இரவு என நினைவிருக்கிறது."

"எப்படி அந்தத் தேதி நினைவிருக்கிறது?"

"அவர் இறந்தவுடன் நான் என் தோழி வீட்டுக்குப் போய்விட்டேன். மீண்டும் 19-ம் தேதி இரவுதான் வந்தேன். அப்போது போன் அடித்தது."

"எத்தனை மணி?"

"8.30 மணி. நாகினி ஒளிபரப்பாகிற நேரம்."

அந்த நாளில் அந்த நேரத்தில் வந்த போன் நம்பரை ஏ.சி எடுத்தார். தன் செல்போன் மூலம் அந்த எண்ணைத் தொடர்புகொண்டார். 'நீங்கள் தொடர்புகொள்ளும் எண் தற்போது உபயோகத்தில் இல்லை' எனக் குரல் வந்தது.

10

ஜன்னல் ஸ்கிரீன் துணியால் வடிகட்டிய நிலவு. நைட்டியில் இருந்த ரம்யா, கட்டிலில் தன் மடியில் இருந்த கணினியில் தீவிரமாக இருந்தாள்.

'நன்மைகள் நடக்க வேண்டுமானால் தீயவர்கள் ஒழிக்கப்பட வேண்டும்' - இதுதான் ரம்யா உருவாக்கிக்கொண்டிருக்கும் விளையாட்டின் முழக்க வாக்கியம். 'பைரவி' என்ற அந்த வீடியோ கேமில் அவளேதான் நாயகி. கொலை இருந்தால்தான் பரபரப்பாக இருக்கும் எனச் சொன்னது 'பொன்னியின் செல்வன்' கதைக்காக மட்டுமல்ல... அவளுடைய கேமுக்காகவும்தான். இரவில் நேரம் போவதே தெரியாமல் விழித்திருப்பது அவளுக்கு ஒரு நாளும் சோர்வாக இருந்ததே இல்லை. ஹாஸ்டல் அறையில் அவளுடைய கட்டிலில் அமர்ந்து, மடியில் கிடத்தியிருந்த மடிக்கணினியில் ஓர் அரசியல்வாதியை உருவாக்கிக் கொண்டிருந்தாள். வீழ்த்த வேண்டியவர்கள் பட்டியலில் நிச்சயம் ஓர் அரசியல்வாதியும் இருந்தால் நன்றாக இருக்கும் என நினைத்தாள். சம்பந்தப்பட்ட பிரச்னைகளுக்குக் காரணமான அயோக்கியர்களை பைரவி எப்படி வீழ்த்துகிறாள் என்பதுதான் அவள் உருவாக்கும் விளையாட்டின் மையம்.

இதுவரை ஐந்து பேரை வீழ்த்தியிருக்கிறாள். இன்னும் கொஞ்சம் நகாசு வேலைகள் முடிந்ததும், முத்துராஜாவிடம் சொல்லி இந்த கேமையும் விற்பனைக்குக் கொண்டுவரலாம் என நினைத்தாள். அதற்குமுன் வினோத்திடம் இதைக்காட்டி பிரமிப்பை ஏற்படுத்த வேண்டும் என்பது அவளுடைய ஆசை.

அது இரண்டு ஸ்பின்ஸ்டர் தங்குவதற்கான அறை. அங்கு எல்லாமே இரண்டு அல்லது நான்கு பெண்கள் தங்கும் அறைகளாகவே இருந்தன. பக்கத்தில் படுத்திருந்த வினோதினி, விளக்கொளியின் தொல்லையால் கண்களைத் திறக்காமலேயே "போதும்... தூங்குடி" என்று அடிக்கடி முணுமுணுத்தவாறே புரண்டபடி... உருண்டபடி இருந்தாள். பொறாமையாகத்தான் இருந்தது. இரவு 9 மணிக்குப் படுத்தால், காலை 9 மணிக்குத்தான் எழுந்திருப்பாள். இரவு ஒரு மணி ஆகிவிட்டதை லேப்டாப்பில் ஓடிக்கொண்டிருந்த கடிகாரம் சுட்டியது.

இனி எப்படியாவது தூங்கினால்தான் நல்லது. காலையில் பொன்னியின் செல்வன் பழுவேட்டரையர் போர்க் காட்சிகள் பாக்கியிருந்தன. விளக்கை அணைத்துவிட்டு நீலநிற மெல் ஒளியில் கண்ணாடியில் அவளுடைய உருவத்தைப் பார்த்தாள். தான் உருவாக்கிய தன்னுடைய கிராஃபிக்ஸ் உருவத்தில் இருப்பதுபோலவே, தான் தெரிந்ததைப் பார்த்துச் சிரித்துக்கொண்டாள். கம்ப்யூட்டரைப் பார்த்துப் பார்த்துக் கண்ணே தன்னை அப்படிப் பழக்கிக் கொண்டுவிட்டதாகத் தலையை ஆட்டிச் சிரித்தாள். போர்வையைப் போர்த்திக்கொண்டு நித்திரைக்குப் போகும்வரை, கண்ணாடியில் அந்த உருவம் நின்றிருந்தது. பிறகு, புகைபோலக் கரைந்தது.

ஜும்தார் தன் ஆய்வுக்கூடத்துக்கு ஜீப்பில் வந்திறங்கினார். தன் கருத்துக்குக் கூட்டத்தில் ஒரு கவனம் இருந்ததை அவர் அனுமானித்தார். எல்லோரும் நினைத்துக்கொண்டிருப்பதுபோல இது சைக்கோ சீரியல் கில்லிங் இல்லை என்பது அவருக்குத் தெரிந்தது. மெரினாவில் இறந்துபோன ஜஸ்டினின் விரல்களில் தலைமுடிகள் சிக்கியிருந்ததைக் கண்டெடுத்து அவரிடம் ஆய்வுக்கு அனுப்பியிருந்தனர். அவற்றை எலெக்ட்ரானிக் மைக்ரோஸ்கோபிக் ஆய்வுக்கும் கெமிக்கல் ஆய்வுக்கும் உட்படுத்த வேண்டியிருந்தது. மைக்ரோஸ்கோபிக் ஆய்வில் இரண்டும் ஒரே பெண்ணின் தலைமுடிதான் என்பதைக் குறித்திருந்தார். நிறம், ஸ்ட்ரெக்சர், மரபணு எனப் பல கட்டங்களில் அதை நிரூபிக்க வேண்டியிருந்தது.

கெமிக்கல் டெஸ்ட்டுகள் பாக்கி. போன் தொல்லையே வேலையைப் பாதித்தது. தலைமைச் செயலாளர் கொடுத்த பிரஷரில், அரைமணி நேரத்துக்கு ஒரு போன் வந்தது. மறுபடி போன். தலைமைச் செயலாளரின் உதவியாளர். "இன்னும் இரண்டு மணி நேரத்தில் ஆய்வு முடிந்துவிடும்" என்றார் மஜும்தார்.

"யார்னு தெரிஞ்சுடுச்சா?" என அபத்தமாகக் கேட்டார் உதவியாளர்.

"கொலை செஞ்சது பெண்தான்னு தெரிஞ்சுடும். அதற்கப்புறம்

நாம சந்தேகப்படற பெண்ணோட ஜீன் சாம்பிள் எடுத்து ஒப்பிட்டுப் பார்க்கணும்."

"சீஃப் செகரட்டரி கேட்டா என்ன சொல்லணும்?"

"சாம்பிள் எடுத்தாச்சு. அக்யூஸ்ட் சாம்பிளோட கம்பேர் பண்ணணும்னு சொல்லுங்க."

"அக்யூஸ்ட் யாராவது கஸ்டடியில இருக்காங்களா?"

"இன்னும் இல்ல."

"இப்படிச் சொன்னா எப்படி?"

"அதை கமிஷனர் கிட்ட கேளுங்க. நான் ஃபாரன்சிக் டிபார்ட்மென்ட்..."

மஜூம்தார் மேற்கொண்டு பேச விரும்பாமல் போனை வைத்து விட்டார். மறுபடி போன் அடித்தது. "பேசிக்கிட்டிருக்கும் போதே கட் பண்றீங்க?" என்றது உதவி.

"அர்த்தமில்லாம பேசிக்கொண்டிருந்தா, ரெண்டு மணி நேரத்தில முடியற வேலை மூணு மணி நேரமா மாறிடும்."

இந்தமுறை பேசிக்கொண்டிருக்கும்போதே அந்த உதவியாளர் போனை வைத்துவிட்டார். தன் முப்பது வருட சர்வீஸில் ராஜீவ் காந்தி கொலை வழக்குக்குப் பிறகு இவ்வளவு டென்ஷன் ஆனது இந்தக் கொலைகளில்தான்.

தலைமுடியில் இருக்கும் கெமிக்கல் கன்டென்ட் லிஸ்ட் எடுத்தார் மஜூம்தார். ஆல்கஹால் சாப்பிட்டதற்கான ஆதாரங்கள் இருந்தன. இன்ஸ்பெக்டர் சொல்லியிருந்தார். முதல் கொலையின்போது அவள் ஒரு பாரில் இருந்ததாக. கொலைகாரியின் தலைமுடிதான் என்பதற்கான முதல் படி. பெண்ணின் தலைமுடி... குடித்தவளின் தலைமுடி.

ரத்த சாம்பிள், சிறுநீர் சாம்பிளைவிட முடி மிகத் துல்லியமான ஆதாரம். ரத்தமும் சிறுநீரும் இரண்டு மூன்று நாள்கள் ஆகிவிட்டால் கெமிக்கல் டெஸ்ட்டில் சிக்காது. முடி, சில மாதங்கள் வரை தாக்குப்பிடிக்கும். கொலைகாரி இப்போது சிக்கினாலும் அவளுடைய தலைமுடியும் இந்த சாம்பிளும் ஒத்துப்போகும். ஆல்கஹால் தெரியும். பெரிய திருப்தியாக இருந்தது. விஷயம் புரியாமல் 'கொலைகாரி கிடைச்சுட்டாளா, கொலைகாரி கிடைச்சுட்டாளா' என்பது சரியான நச்சரிப்பு.

சாப்பிடக் கிளம்பும் எண்ணத்தில் தலைமுடிகளைப் பத்திரப்படுத்த நினைத்த நேரத்தில்தான் மஜூம்தார் கவனித்தார். ஒரே பெண்ணின் தலைமுடி என நினைத்திருந்த இன்னொரு முடியில் எந்த ஆல்கஹால்

கன்டென்ட்டும் இல்லை. திகைப்பு எழுந்தது. இரண்டுமே ஒரே பெண்ணின் தலைமுடிதானா என்பதிலேயே சந்தேகம் வந்தது. மறுபடி ஜீன் ஒற்றுமைகளைப் பார்த்தார். ஒரே பெண்தான். ஒரு பெண்ணின் இரண்டு தலைமுடிகளில் ஒன்றில் சாராயம் இருந்ததும் இன்னொன்றில் சாராயம் இல்லாமையும் அவருக்கு அதிர்ச்சியைக் கொடுத்தது.

ஒரே ஒரு வாய்ப்பு இருந்தது. குடிப்பதற்கு முந்தைய அவளுடைய ஒரு தலைமுடியை விரலில் பிடித்து இழுத்து வைத்திருந்து, அவள் குடித்த பிறகு இன்னொரு முடியைச் சேகரித்திருக்க வேண்டும். ஒரு செல்போன் திருடனுக்கு இதெல்லாம் வேலையா? மஜூம்தாரின் உதவியாளர், ஹாலில் இருந்து அறைக்குள் நுழைந்து, "சார், டெஸ்ட் முடிஞ்சுதா?" என்றார். 'சாப்பிடப் போகலாமா?' என்று அர்த்தம்.

மஜூம்தார் பிரச்னையை விளக்கினார். "ஒரே பெண்ணோட ரெண்டு தலைமுடிகள் வெவ்வேறு ரிசல்ட் காட்டுதுன்னா ரொம்ப கன்ஃபியூஷனா இருக்கே?" என அந்த உதவியாளர், மஜூம்தார் சொன்னதையே வேறு வாக்கியத்தில் சொன்னார்.

"அந்தப் பெண்ணோட தலைமுடியை ஒரு வாரத்துக்கு முன்னாடி ஒண்ணை எடுத்து அதை விரல்ல சுத்தி வெச்சிருந்து மறுவாரம் மெரினாவில இன்னொரு தரம் சேகரிச்சு... ஏதோ இடிக்குது."

"சார் நீங்க அன்னைக்கு மீட்டிங்ல சொன்ன மாதிரி மோகினியோட முடியா இருக்குமா?" உதவியாளர் இப்படி ஒரு சந்தேகத்தைச் சொல்லக் கூச்சப்படவில்லை.

"அப்படியிருந்தாலும் வெவ்வேறு டைம்ல எடுத்த முடி ஒரே நேரத்தில விரல்ல எப்படி இருக்கும்?"

"ஜஸ்டின் அந்தப் பொண்ணு மேல லவ்வாகி அவளோட முடியைப் பத்திரமா வெச்சிருந்திருப்பானா?" என்றார் உதவியாளர்.

"உனக்குப் பசியெடுத்தா நீ போய்ச் சாப்பிடுப்பா. அவசர ஐடியாவெல்லாம் சொல்ல வேணாம்."

"இல்ல சார்... வந்து..."

"ஒண்ணுமில்ல... போயிட்டு வா."

உதவியாளர் ஓர் அசட்டுச் சிரிப்புடன், "யோசிக்கிறேன் சார்" என அங்கிருந்து அகன்றார். மஜூம்தார் வாய்ப்புகளை யோசித்தார். ஒரு வார இடைவெளியில் ஒரு பெண்ணின் தலையிலிருந்து இரண்டு முடிகளை ஒருவனால் எப்படிச் சேகரிக்க முடியும்? சேகரிப்பது என்பது பெரிய வார்த்தை... செல்போன் திருடும்போது கையோடு தலைமுடியும் வந்திருக்க வேண்டும். முதல் செல்போன் திருட்டின்போது கிடைத்த முடிகள், செல்போனோடு செல்போனாக

அவன் பாக்கெட்டில் கிடந்திருக்க வேண்டும். இரண்டாவதாகத் திருடிய போனில், இரண்டாவது முடி கிடைத்திருக்க வேண்டும். ஒரே பெண்ணிடம் இரண்டு முறை செல்போன் திருடியிருக்கிறான்.

மிகவும் கஷ்டமான திருப்பங்கள் கொண்ட கற்பனையாக இருந்தாலும், ஓரளவுக்கு ஒத்துப்போனது இதுதான்.

மஜூம்தார் சாப்பிடும் இடத்துக்கு வந்தார். கை கழுவும் பேசினுக்குமேலே ஓரங்களில் சாயம்போன ஒரு நிலைக் கண்ணாடி உண்டு. வழக்கமாகக் கைக் கழுவி கர்ச்சீப்பால் துடைத்தபடி முகத்தைப் பார்ப்பார். அப்படிப் பார்க்கும் போது, யாரோ அவரின் ஆய்வறையிலிருந்து அவசரமாக வெளியேறுவது தெரிந்தது. நழுவி ஓடுவதில் ஒரு திருட்டுத்தனம். வேகமாக வெளியே வந்து பார்த்தார். வாசலிலிருந்து 100 மீட்டர் தூரத்தில் யாருமே இல்லை. அவ்வளவு சீக்கிரம் ஓடியிருக்க முடியாதே என மேலும் கீழும் கவனித்தார். மரத்தின் கிளைகளைக்கூடப் பார்த்தார். பாய்ந்து ஓடி மறைந்ததைப் புரிந்துகொள்ள முடிந்தது. உள்ளே வந்தார். காணாமல்போன பொருள் என்ன என்பதை வேகமாகக் கணித்தார். தலைமுடி இருந்த பாலிதீன் கவர் அங்கே இல்லை. அதைப் பற்றிய ரிப்போர்ட்டுகளும் காணவில்லை.

கண்ணாடி வழியாகப் பார்த்த உருவத்தை நினைவுகூர நினைத்தார். வேகமாக மறைந்தது மட்டுமே நினைவில் இருந்தது. ‘அது ஒரு பெண்ணாக இருக்கலாம்’ என்பதை நினைத்தபோது அவருக்கு உடம்பெல்லாம் சிலிர்த்தது.

11

இரவு சாப்பிடக்கூட நேரமில்லாமல் திரும்பிய வினோத், தெரு திருப்பத்தில் தோசை மாவும் முட்டையும் வாங்கிக் கொண்டான். முட்டை தோசைக்கு ஈடு இணையில்லை. அபார்ட்மெண்ட் கதவைத் திறந்தபோது, உள்ளே யாரோ இருப்பது போன்ற உணர்வு தோன்ற, ரோமங்கள் சிலிர்த்தன.

முதல் வேலையாக எல்லா லைட்டுகளையும் போட்டுவிட்டு, ராமநாதனை போனில் அழைத்தான். “ஃப்ரீயா இருந்தா வர்றியா?”

“ரூம்ல ஃபாரீன் அயிட்டம் ஏதும் இருக்கா?”

“வேற எதுக்குப்பா கூப்பிடப் போறேன்?” உதறலிலும் உதார்விட முடிவது ஆச்சர்யமாகத்தான் இருந்தது. நல்லவேளையாக ஃப்ரிட்ஜில் மூன்று பியர் பாட்டில்கள் இருந்தன.

வீடு முழுவதும் வெளிச்சமாக இருந்தும், ஏதோ நிழல் நடமாட்டம் இருப்பதுபோலவே தோன்றியது. வெளிக்கதவைத் திறந்தே வைத்து, எந்த நொடியும் தப்பி ஓடுவதற்குத் தயாராகக் கதவு ஓரமாக உட்கார்ந்தான். ரிமோட் எடுத்து டி.வி-யை ஓடவிட்டான். பத்து மணிக்குமேல் வீட்டில் சரக்கு வைத்திருப்பவன் எவனோ, அவனே கோடீஸ்வரன். அடுத்த பத்தாவது நிமிடத்தில் ராமநாதன் வந்து சேர்ந்தான். வாயெல்லாம் பல்லாக ஒரு சிரிப்புச் சிரித்தான்.

“என்னப்பா... யார் குடுத்தது?” என்றான் நா சுரக்க.

“சொல்றேன்.”

ராமநாதன் எந்த உள்நோக்கமும் இல்லாமல் சமையல் கட்டில் போய்த் தண்ணீர் குடித்துவிட்டு, அப்படியே பாத்ரூம் போய்விட்டு

வந்தான். படுக்கை அறையிலும் ஒரு எட்டு பார்த்துவிட்டு வந்து விட்டால், வீட்டில் வேறு யாரும் இல்லை என முடிவுக்கு வரலாம். "ராமநாதன், பெட்ரூம் ஷெல்ஃப்ல லுங்கி இருக்கும்... எடுத்துக்க."

அவன் அந்த அறையிலும் சாதாரணமாக நுழைந்து, லுங்கியில் நுழைந்தபடி உயிருடன் வெளியே வந்தான். "என்னடா கூப்பிட்ட வேகத்தைப் பார்த்தா பெரிய ஏற்பாடா இருக்கும்னு நினைச்சேன். இப்படி நோவு கோழி மாதிரி உட்காந்திருக்கே?"

"பெட்ரூம்ல நல்லா பாத்தியா?"

"என்னடா சொல்றே... எதை நல்லா பாத்தியா?"

"கதவைத் திறந்து உள்ள வந்தேன். யாரோ வீட்டுக்குள்ள இருக்கிற மாதிரியே ஒரு ஃபீலிங். அதான் உன்னைக் கூப்பிட்டேன்."

"அடப்பாவி... ஒரு லுங்கி குடுத்துக் கொல்லப் பாத்தியேடா... நா இப்பவே கிளம்பறேன்!"

"அதான் உள்ள யாரும் இல்லைனு சொல்லிட்டியே..?"

"மோகினின்னா திடீர்னு மறையும். திடீர்னு முன்னாடி வந்து நிற்கும். போடா சரிதான்."

"ரெண்டு பேரா இருந்தா வராதுடா."

"சாமியார் அப்படி எதுவும் சொல்லவே இல்லையே?"

"சாமியார் இல்ல. எங்க பாட்டி சொல்லியிருக்காங்க. 'ராத்திரி நேரத்தில தனியா போனா மோகினி அடிச்சுடும்'னு சொல்வாங்க."

அவசரமாக உள்ளே சென்ற ராமநாதன், பேன்ட் பாக்கெட்டில் இருந்த எலுமிச்சைப் பழத்தை எடுத்துவந்து தலைமாட்டில் வைத்துவிட்டு, டைல்ஸ் தரையில் அப்படியே கால் நீட்டிப் படுத்தான். தன்னிடம் கொடுத்த பழத்தை ஷேவிங் செட் அருகே அலட்சியமாக வைத்தது வினோத் நினைவுக்கு வந்தது. எடுத்துவந்தான். கைவைத்த பனியன் போட்டு லுங்கியுடன் ஹாலில் ராமநாதன் படுத்திருந்த கோலமே பயமுறுத்தும்படிதான் இருந்தது. "பியர் சாப்பிடறீயா?" எனத் தயங்கிய குரலில் கேட்டான் வினோத்.

"பொன் வைக்கிற இடத்தில் பூவாவது வை. எடுத்துக்கிட்டு வா."

வினோத் பியர் பாட்டில்களை எடுத்துவந்து ஹாலில் வைத்தான். சமையல்கட்டில் தனியாக நான்கு ஆம்லெட்களையும் முட்டை தோசை இரண்டையும் பத்து நிமிட அவகாசத்தில் செய்தான். இன்னும்கூட முதுகுக்குப் பின்னால் யாரோ நிற்கிற உணர்வு போகவே இல்லை. கதவைச் சாத்திவிட்டு லுங்கிக்கு மாறி, ஹாலில் வந்து அமர்ந்தான்.

"நாளைக்காவது அந்தப் பொண்ணை குருஜிகிட்ட கூட்டிக்கிட்டு வாடா. மேற்கொண்டு மரணங்களைத் தடுக்கலாம்" என்றான் ராமநாதன்.

வினோத் குத்துமதிப்பாகத் தன் பெட்ரூமைக் காட்டி, உதட்டின் மீது விரலை வைத்துப் பயமுறுத்தினான். இருவரும் மௌனப் பருகலில் குடிக்கிற நினைப்பே இல்லாமல் குடித்து, விளக்கை அணைக்காமலேயே உறங்கினர்.

எழுந்தபோது இரண்டு பேரும் உயிருடன் இருப்பதற்காகச் சிரித்துக்கொண்டனர். "ஏண்டா இப்படிப் பண்ணே?"

"சில நாள் ஓவர் பயமா மாறிடுது" என்றான் வினோத்.

"உன் பயத்துக்கு நான்தான் எலியா?"

"ஒரு முக்கியமான விஷயம் சொல்லணும். ரம்யாவோட லேப்டாப்ல ஒரு கேம் பார்த்தேன். அது அவளே உருவாக்கின கேம். அந்த கேம்ல ரம்யா மாதிரி ஒரு கேரக்டர். அதுல அவ, அந்த பார்ல பார்த்த பொண்ணு மாதிரியே இருந்தா."

"அப்பவே அவகிட்ட அதபத்திப் பேச வேண்டியதுதானே?"

"அவளுக்குத் தெரியாம அதைக் கண்டுபிடிச்சேன். திக்குனு ஆகிப்போச்சு. எதுவும் கேட்கணும்னு தோணலை."

"காலைல முதல் வேலை, அவகிட்ட அதப்பத்திக் கேக்கறதுதான். அப்புறம் குருஜிய பாக்கணும்னு சொல்லு."

பகலில் கொஞ்சம் பயம் குறைந்திருந்தது. வினோத் குளித்துவிட்டு அலுவலகம் புறப்பட்டபோது ராமநாதன் சொன்ன இரண்டு விஷயங்களில் முக்கியமாக இருந்தான். ரம்யாவைக் காதலிக்கும் மனநிலை மெல்ல மறைந்து கொண்டிருந்தது. பைக்கை அலுவலக பார்க்கிங் கில் நிறுத்திவிட்டு மேலே சென்றபோது, ரம்யா முதல் ஆளாக வந்து தனியாக அமர்ந்திருந்தாள். கண்ணைச் சிமிட்டி அழைத்தாள்.

"உட்கார். நான் ஒரு கேம் பண்ணியிருக்கேன் வினோத். யூ மே லைக் இட்."

கம்ப்யூட்டரில் அந்த கேமை ஓடவிட்டாள். "பைரவி. எதற்கும் துணிந்தவள். அவளுக்கு மரணமில்லை. அவளை எதிர்ப்பவர்களுக்கு மரணம் மட்டுமே உண்டு. இப்படிச் சில வாக்கியங்கள். அதன்பிறகு ஒவ்வோர் அயோக்கியனையும் அவள் கொல்வதுதான் கதை. காட்டை அழித்து ஆசிரமம் கட்டி, அங்கே பெண்களை வைத்து ஏமாற்றும் ஒரு கார்ப்பரேட் சாமியாரைக் கொல்கிறாள். பெண்கள் கருத்தரிப்பு மையம் நடத்தி லட்சம் லட்சமாகக் கொள்ளையடிக்கும் ஒரு டாக்டரைக் கொல்கிறாள்..."

“அடுத்து யாரைக் கொல்லப் போறே?” என்றான் வினோத்.

“ஒரு மினிஸ்டர். கரெக்டா இருக்கும் இல்ல?” எனக் கொலைக்குத் துணை சேர்த்தாள். அவள் எந்தவித நோக்கமும் இல்லாமல் சொன்னது மாதிரிதான் இருந்தது. “நல்லா இருக்கும்” என்றான் தயக்கமாக.

“சுப்பிரமணின்னு தமிழ்நாட்ல மினிஸ்டர் யாரும் இல்லதான?”

“ஏன்?”

“மினிஸ்டர் பேரு சுப்பிரமணின்னு வெச்சுருக்கேன்.”

ஜெனிலியாவின் டைரியில் இருந்த மூன்றாவது பெயர். வினோத் திடுக்கிட்டு இருக்கையைவிட்டு எழுந்தான்.

“என்ன வினோத்? இந்த கேம் உனக்குப் பிடிக்கலையா? ஏன் சைலன்ட்டா இருக்கே? உயிரைக்கொடுத்துப் பண்ணியிருக்கேன்.”

வினோத் அவளையே உற்றுப் பார்த்தான். “ரம்யா, உனக்குத் தெரியாமலேயே என்னென் னவோ பண்ணிக்கிட்டு இருக்கே... நீ சொல்றா மாதிரி ஒரு கார்ப்பரேட் சாமியார் சமீபத்தில கொல்லப் பட்டார்னு தெரியுமா உனக்கு? ஒரு டாக்டர் கொல்லப்பட்டார் தெரியுமா?”

“என்ன சொல்றே... எங்கயோ ஒரு பேங்க் மேனேஜர் கொல்லப் படறார். எங்கயோ ஒரு வக்கீல் கொல்லப்படறார். இந்த கேமுக்கும் அந்தச் சம்பவங்களுக்கும் என்ன சம்பந்தம். நாட்ல நடக்கிறதைத் தானே சொல்ல முடியும்?”

“நான் டைரக்டா ஒரு கேள்வி கேட்கிறேன்... உங்க ஃப்ரெண்ட் ஜெனிலியா ஒரு ஆசிரமத்தில் இறந்துபோனாங்கதானே?”

மிரளும் விழிகளுடன் பார்த்தாள். “அது எப்படித் தெரியும்?”

“சொல்றேன். சென்னையில வரிசையா மூணு கொலைகள் நடந்தன...”

“பீச்ல ஒண்ணு நடந்ததுதான் தெரியும்.”

“வரிசையா சொல்றேன்... நீ இங்க வேலைக்குச் சேர்ந்த அன்னைக்கு ஒரு பார்ல கொலை நடந்ததுன்னு சொல்லி என்னை விசாரிச்சாங்களே?”

“அஃப்கோர்ஸ்... ஆமா. மறந்துட்டேன்.”

“அதற்கடுத்து நுங்கம்பாக்கத்தில ஒரு டாக்டர் மர்டர். அதுக்கப்புறம்தான் பீச்ல நடந்த கொலை.”

“என் கதையிலயும் அதே மாதிரி வருதா?”

“உன் கதையில வர்றது மட்டுமில்ல... நீயே கொலை நடந்த அத்தனை இடங்களுக்கும் வந்தே!”

“நீ சொல்றது எதுவுமே புரியலை.”

“பார்ல நிமோஷ்ங்கறவன் கொல்லப்பட்ட இடத்தில நீ இருந்தே... டாக்டர் குமரேசன் இறந்த இடத்தில நீ இருந்தே... பீச்ல ஜஸ்டின் இறந்த இடத்தில நீ இருந்தே... அடுத்து மினிஸ்டர் சுப்பிரமணி கொல்லப்படற இடத்திலயும் நீ இருப்பே... இதுதான் ப்ராப்ளம். உனக்கே தெரியாம இதெல்லாம் நடக்குது.”

ரம்யாவின் கண்களில் செவ்வரி ஓடி, கண்ணீர் கசிந்தது.

“ரம்யா! தயவுசெஞ்சு புரிஞ்சுக்க. இது எதுவுமே உனக்குத் தெரியாதுன்னு எனக்குத் தெரியும். இப்ப இந்த கேம் பார்த்ததும் எனக்கு ஏதோ விர்ச்சுவல் ரியாலிட்டிபோல இருக்கு. ஆனா, என்னன்னு சொல்லத் தெரியலை. இதெல்லாம் ஏன் நடக்குதுன்னு பெங்களூரு போய் விசாரிச்சேன். பெங்களூர்ல ஜெனிலியா இருந்த ஆசிரமச் சாமியார் கொல்லப்பட்டது தெரிஞ்சது. ஜெனிலியா எழுதிவெச்சிருந்த ஒரு சின்ன குறிப்புல நிமோஷ், குமரேசன், சுப்பிரமணின்னு கிறுக்கி வெச்சிருந்தா... அவங்கதான் அடுத்தடுத்து செத்துக்கிட்டு இருக்காங்க. நான் சொல்றது உனக்கு அதிர்ச்சியா இருக்கும். இந்த எல்லா இடங்களிலும் நீ உருவாக்கின இந்த பைரவி வந்துதான் கொலை செய்றா. ‘ரா ஒன்’ படத்தில வர்ற மாதிரி.”

அவள் அழுதுகொண்டே இருந்தாள். “எனக்கு பயமா இருக்கு வினோத். இது எதுவுமே எனக்குத் தெரியாது.”

“நீ உருவாக்கின இந்த உருவத்தில ஜெனிலியாவோட ஆவிதான் பழி வாங்கிக்கிட்டு இருக்குன்னு ஒரு சாமியார் சொல்றாரு. ஒரு தடவை ட்ரை பண்ணிப் பார்க்கலாம்.”

“இவ்ளோ நடந்திருக்கு... என்கிட்ட எதுவுமே சொல்லல இல்ல?”

“என்னன்னு சொல்வேன்... எனக்கு ஒண்ணுமே புரியலை ரம்யா.”

“இவ கொலைகாரியா, பைத்தியக்காரியா, சைக்கோவா, பேயான்னு என்னென்னவோ நினைச்சிருப்பல்ல?”

“இல்ல. அந்த மர்மத்தைத் தெரிஞ்சுக்கணும்னு தவிச்சேன்... நான் உன்னைப் பார்த்த முதல் நாள்ல இருந்து தப்பாவே நினைச்சதில்ல.”

தன்னிரக்கம் சுரந்த கண்ணீரில் நன்றியும் கலந்திருக்க வேண்டும். அவள் சமாளித்து நிதானத்துக்கு வர விரும்பினாள். அலுவலகம் இன்னும் சில நொடிகளில் மனிதர்சூழ் நிலைக்கு மாறிவிடும்.

“போய்ப் பார்க்கலாம்” என்ற தருணத்தில் அவளுடைய போன் அடித்தது. “பெங்களூர்ல இருந்து அம்மா” என்றபடி, பட்டை ஒளிர்வைத் தொட்டு, “சொல்லும்மா?” என்றாள்.

“போலீஸ் வந்து நீ எங்க இருக்கேன்னு விசாரிச்சுட்டுப் போனாங்கம்மா” என்றது மறுமுனைக் குரல்.

12

காரில் இருந்தபடியே அந்த போர்டை மீண்டும் தெளிவாகப் படித்தாள் தீபா. நேவிகேட்டர் வழிகாட்டுதலில், யாரிடமும் வழி கேட்காமல் தெளிவாக அசிஸ்டென்ட் கமிஷனர் ஆபீஸைக் கண்டுபிடித்துவிட்ட திருப்தி. பெயர்தான் பழைய டெல்லி... கட்டடம் புதுசாக இருந்தது.

காரை நிறுத்திவிட்டு இறங்கும் வரை காத்திருந்து, "கார் பார்க்கிங் பின்பக்கம்" என வழிகாட்டினார், வாசலில் இருந்த காவலர். அங்கு கார் நிறுத்த நிறைய இடம் இருந்தது. விரிந்த கூந்தலைச் சிலுப்பி, மேற்கொண்டு விரித்துப் பறக்கச் செய்தபடி காவலரைப் பார்த்தாள். அவளுடைய அலட்சியம், லிப்ஸ்டிக், ஸ்லீவ்லெஸ் உடையிலும் அதைத் தாண்டித் தெரிந்த உடம்பிலும் இருந்த கெத்து என எல்லாமுமாகச் சேர்ந்து காவலரை, தாம் ஏதோ தவறு செய்துவிட்டோமோ என எண்ண வைத்தது.

"ஏ.சி-யைப் பார்க்க வந்திருக்கேன். டூ மினிட்ஸ்ல திரும்பிடுவேன்" என்றவளைப் பகைத்துக்கொள்ள விரும்பாமல், "ஃபர்ஸ்ட் ஃப்ளோர் போங்க" என வழிகட்டினார். தீபா முதல் மாடிக்குப் போனதும் சுரேந்தர் சிங் ஏ.சி என போர்டு இருந்த இடத்தில் ஒருவர் அனுமதி வழங்குபவர் போல அமர்ந்திருந்தார். "டாக்டர் சுசீந்திரனின் ஸ்டூடன்ட் தீபா வந்திருக்கேன்னு சொல்லுங்க" என்றாள். "காலையிலேயே வருவீங்கன்னு சொன்னார்... நீங்க வாங்க" என உள்ளே அழைத்துச் சென்றார்.

சுரேந்தர் சிங், "கம் இன்... உட்காருங்க. உங்க போன் கிடைக்காம தவிச்சுக்கிட்டிருந்தோம். நீங்களாவே பேசினது சந்தோஷம்."

“ரெண்டு நாளா என்னோட சிம்ல ஏதோ பிராப்ளம். நிர்மலா மேம்தான் சொன்னாங்க, நீங்க ட்ரை பண்ணீங்கன்னு. அதான் உடனே பேசிட்டுக் கிளம்பி வந்தேன்.”

“டாக்டரோட மர்டர்ல ரொம்பக் குழப்பங்கள் இருக்கு. ஏதாவது க்ளூ கிடைக்குமான்னு...”

“கேளுங்க, எனக்குத் தெரிஞ்சதைச் சொல்றேன்.” துணிச்சலாக, நேர்மையாக சிரித்தாள்.

“கட்டுரையை டாக்டர் அனுப்பிட்டாரான்னு கேட்டீங்களாம். அது என்ன கட்டுரை?”

“கடவுள் துகள் ஆராய்ச்சின்னு ஒரே பரபரப்பா இருந்ததே... அதுதான். அந்த ஆராய்ச்சி தப்புன்னு டாக்டர் சொன்னாரு. யாரும் கேட்கல. இப்ப திடீர்னு டாக்டருக்கு ஏதோ சிக்னல் கிடைச்சிருக்கு. ‘பூமிக்குப் பெரிய ஆபத்து இருக்கு. அதை எதிர்கொள்றதுக்கு நாம தயாராகணும்’னு செர்ன் அமைப்புக்கு ஒரு கடிதம் எழுதப் போறதா என்கிட்ட சொல்லிக்கிட்டிருந்தாரு. அந்த முக்கியமான நேரத்துலதான் அவர் இறந்து போனாரு. அதான்... அதை அனுப்பிட்டாரான்னு கேட்டேன்.”

“அவர் கடிதம் அனுப்பறதை யாராவது தடுக்க நினைச்சாங்களா?”

“தெரியலை. கடவுள் துகள் ரிசர்ச் மூலமா என்ன பண்ணலாம்னு கார்ப்பரேட் நிறுவனங்கள் ஆர்வமா இருக்காங்க. அதைப் பொறுத்து இன்வெஸ்ட்மென்ட்ஸ் இருக்கலாம். அதைத் தடுக்கிறாரேன்னு யாராவது நினைச்சுருக்கலாம். உறுதியா சொல்ல முடியாது.”

சிங், எங்கிருந்து சிக்கெடுப்பது எனத் தோராயமாகத்தான் கேள்விகள் கேட்டுக் கொண்டிருந்தார். “அவர் எழுதின கட்டுரை என்ன ஆச்சுன்னு தெரியலை... அவருடைய லேப்டாப்பை உடைச்சுப் போட்டுட்டு ஹார்டு டிஸ்க்கை எடுத்துட்டுப் போயிட்டாங்க. அவங்களுடைய நோக்கம் அந்தக் கட்டுரை வெளியாகக் கூடாதுங்கிறதுதான்னு தெரியுது.”

தீபாவும் “ஆமாம்” என்றாள்.

“அந்த ஆராய்ச்சிக்கு டாக்டர் ஏன் பயந்தார்னு ஏதாவது தெரியுமா?”

“அது பிரபஞ்ச ரகசியத்தைத் தெரிஞ்சுக்கிற ஆராய்ச்சி. செயற்கையா ஒரு பிக்பாங் உருவாகிறது இந்தப் பிரபஞ்சக் கட்டமைப்பைக் குலைச்சுடும்னு பயந்தார்.”

தீபா ஏதோ மேற்கொண்டு சொல்ல நினைத்த நேரத்தில் சிங் அதைக் கவனிக்காமல், “டாக்டர் இறந்த முறையிலயே சவுத்ல நாலு பேர் செத்துப் போயிருக்காங்க. எல்லாமே ஒரு பொண்ணு

தமிழ்மகன் | 65

செஞ்ச கொலைன்னு சொல்றாங்க... ஏதாவது லிங்க் கிடைக்குதா?" என்றார்.

"பேப்பர்ல பரபரப்பா எழுதியிருந்தாங்க. ஒரு பொண்ணு எப்படிச் சுத்தி சுத்திக் கொலை பண்ணிக்கிட்டே இருப்பா? அவ எப்படி டிராவல் பண்றான்னே தெரியலை.. ஏதோ இயக்கம் மாதிரி நாலஞ்சு பொண்ணுங்க சேர்ந்து பண்றாங்களான்னு தோணுச்சு."

"குட். டாக்டரோட பாஸ்வேர்டை ட்ரேஸ் பண்ண முடியுமா? மெயில்ல ஏதாவது சேவ் பண்ணி வெச்சுருக்காரா, அவருக்கு ஏதாவது மிரட்டல் இருந்ததான்னு தெரியணும்."

"ட்ரை பண்றேன் சார்."

பேசி முடித்துவிட்டு காரை எடுக்கும்போது, ஏ.சி-யிடம் சொல்ல நினைத்த விஷயத்தை மீண்டும் சென்று சொல்லிவிட்டு வரலாமா என்று சோம்பலாக யோசித்தாள் தீபா. 'அத்தனை அவசரமாகத் தெரியவில்லை... அடுத்த முறை பார்த்துக்கொள்ளலாம்' என விட்டுவிட்டாள்.

ண்ணா நகர் சரவண பவன் பின்புறம் பெல்லி ஏரியாவில் இருந்தது அந்த வீடு. பெரிய காம்பவுண்டு சுவர், பெரிய கேட் எனப் பிரமாண்டம் அதிகம் இருந்தாலும், வீதியில் வெளிச்சம் குறைவாக இருந்தது. ஊர் உறங்கிய 11 மணி இரவு. இரும்பு கேட்டை தட்டினாள் ரம்யா. இப்போதைக்கு கிராஃபிக்ஸ் ரம்யா... அல்லது மோகினி ரம்யா.. அல்லது இயக்க ரம்யா. செக்யூரிட்டி முகம் தெரியும் அளவுக்குக் கேட்டைத் திறந்து, "யார் வேணும்?" என்றார்.

"மினிஸ்டரைப் பார்க்கணும்."

"காலைல எட்டு மணிக்கு மேல வந்து பாருங்க."

கேட்டை மூட எத்தனித்த செக்யூரிட்டியின் மூக்கில் ஓங்கி ஒரு குத்துவிட்டாள் ரம்யா. ஓர் இருபத்தி சொச்சம் வயசுக்காரியிடம் இப்படி ஒரு முரட்டுத்தனத்தை அவர் எதிர்பார்க்கவில்லை. அப்படியே நிலைகுலைந்து சரிய, இழுத்து செக்யூரிட்டி ரூமுக்குள் தள்ளினாள். கேட்டிலிருந்து வீட்டுக்குச் செல்வதற்கு ஒரு பூங்காவைக் கடக்க வேண்டியிருந்தது. டியூட்டியில் இருந்த போலீஸ் இளைஞன் கவனித்துவிட்டு, துப்பாக்கியுடன் ஓடிவந்தான். 'இவ்வளவு அழகான பெண்ணா' எனச் சுடத் தயங்கினான். அந்தக் கட்டைத் துப்பாக்கியைப் பிடுங்கி அவன் தலையில் ஒரே போடாகப் போட்டாள். நெற்றியில் சுட்டுவிரல் அகலத்தில் ரத்தம் வழிய, குலைந்து விழுந்த அவனை ஓர் உதைவிட்டு நாகலிங்க மரத்தின் கீழ் தள்ளினாள். வீட்டின் முன் ஓர் அல்சேஷன் அவளைப் பார்த்துவிட்டு குரைக்க மறந்துபோய் ஒரு தினுசாக, குழைவாக

ஊளையிட்டது. அவள் கதவருகே சென்றபோது, நாய் சத்தம் கேட்டு விளக்கை எரிய விட்டார்கள். “சண்முகம்... யாரு?” என்றார் மினிஸ்டர். அவன் நாகலிங்க மரத்தடியில் கிடந்தான். “செக்யூரிட்டி” என்றார் ஜன்னல் வழியாக. “எல்லாரும் பீடி பிடிக்கப் போயிருப்பானுங்க” என அலுத்தார். அப்போதுதான் அவர் வந்திருந்ததால், பணம் எண்ணும் வேலையில் இருந்தார். எண்ணிய வரை கட்டிலுக்கு அடியில் தள்ளிவிட்டு, அறையை விட்டு வெளியே வந்தார். நாய் மட்டுமே தொடர்ந்து குரைந்து கொண்டிருந்தது.

“யாருடா... டைகர்?” என ஓர் அதட்டல் போட்டார். பதில் வராமல் போகவே, கதவில் இருந்த வியூ பாயின்ட் மூலம் பார்த்தார். யாரும் தெரியவில்லை. கதவு திறக்கும் சத்தம். வாசல் விளக்கைத் தட்டி, கையில் ஒரு தடியுடன் ஜாக்கிரதையாகக் கதவைத் திறந்தார். ஒரு பெண் நிற்பதைப் பார்த்தும், டி.வி-யில் வந்த கொலை நிகழ்ச்சிகள் எல்லாம் விநாடியில் மனத்திரையில் ஓடின. வேகமாகக் கதவைச் சாத்த முற்பட்டார். தடிமனான தேக்குக் கதவு. ரம்யா கதவைச் சாத்தவிடாமல் பிடித்தாள். இன்னொரு கையால் அவருடைய தலையைப் பிடித்துக் கதவுக்கு வெளியே இழுத்தாள். கழுத்துவரை கதவுக்கு வெளியே நீண்டிருந்தது தலை. “ஏய்... ஏய் பொண்ணு!” கோரிக்கையுடன் எச்சரித்தார். அவள் சட்டென அவருடைய வாயுடன் வாய் வைத்து, சிவுக் என உறிஞ்சினாள். குபுக் என அவருடைய வாயிலிருந்து ரத்தம் பொங்கியது. கண்கள் பிதுங்கி நிலைக்குத்தி நின்றன. அவள் சாவகாசமாக உதட்டைத் துடைத்துக்கொண்டு வெளியே வந்தாள். கேட்டுக்கு வெளியே அமைச்சர் சுப்பிரமணி, பொதுப்பணித் துறை என இருந்தது. அந்தப் பலகையைப் பார்த்துவிட்டு, இருட்டில் தடயமே இல்லாமல் காணாமல் போனாள்.

லையில் உண்மையிலேயே வெகு நாள்களுக்குப் பிறகு அனிடூன் ஆபீஸில் வெகு ஈடுபாட்டுடன் வேலை நடந்துகொண்டிருந்தது. ரம்யாவுக்கு இருந்த வீடியோ கேம் அறிவு அசாதாரணமாக இருந்தது. படு வேகமாக எல்லா மாடலிங்கிலும் கருத்துச் சொன்னாள். குறிப்பாக ரிக்கிங். ஒரு பசுவின் அசைவுக்கும் யானையின் அசைவுக்கும் அவள் சொன்ன விளக்கம் அபாரமானது. ஆதித்த கரிகாலன் கொலையில் ஒரு ட்விஸ்ட் வைத்தால் நன்றாக இருக்கும் என நினைத்தாள். கல்கியின் கதையில் மாற்றம் செய்வது வினோத்துக்குப் பிடிக்கவில்லை. ஆதித்த கரிகாலனின் கொலையில் நந்தினிக்கு சம்பந்தம் இருக்கலாம் என்ற கல்கியின் சந்தேகத்தையே உறுதிப்படுத்தினால் கேம் நன்றாக இருக்கும்

என்பது அவளுடைய வாதம். முத்துராஜாவும் விளையாட்டின் சுவாரஸ்யத்துக்கு அது தவறாக இருக்காது என்றே சொன்னார். வசனம் எழுதும் ராஜசேகருக்கு போன் செய்து கேட்டபோது, "எப்போது விளையாட்டுக்கு ஏற்ப கதையை மாற்ற ஆரம்பிச்சமோ, அப்பவே இந்த மாதிரி சேஞ்சஸ் எல்லாம் பிரச்னை இல்லை" என்று சொல்லிவிட்டார்.

"ஆதித்தனைக் கொன்றது நந்தினி என்றே ஃபிக்ஸ் பண்ணிடுங்க" என ரம்யா சொல்லிக்கொண்டிருந்த போது, திடும் என நான்கைந்து போலீஸ்காரர்கள் நுழைந்தனர்.

இன்ஸ்பெக்டர் ரமேஷை ஏற்கெனவே வினோத்துக்கு நன்றாகத் தெரியும். "ஐ'ம் ரமேஷ்... இன்ஸ்பெக்டர். இங்க யார் ரம்யான்னு தெரிஞ்சுக்கலாமா?" என்றார்.

ரம்யா குழப்பமாகக் கையை உயர்த்தினாள். ரமேஷ் அவளுடைய முகத்தைப் பார்த்தார்.

"நந்தினி யாரு?"

"அப்படி யாரும் இங்க இல்லையே?"

"நான் வரும்போது சொல்லிட்டிருந்தீங்களே... ஆதித்தனைக் கொன்னுட்டான்னு."

"சார், அது கல்கி எழுதின கதை. பொன்னியின் செல்வன்னு பேரு."

"ரம்யாகிட்ட கொஞ்சம் பேசணும்."

முத்துராஜா, "பை த பை நான் இந்த கம்பெனியோட எம்.டி. எதுக்காகனு தெரிஞ்சுக்கலாமா?" என்றார்.

"இன்னைக்கு மினிஸ்டர் மர்டர் பேப்பர்ல பாத்திருப்பீங்க... அது சம்பந்தமா?"

"மர்டருக்கும் இவங்களுக்கும் என்ன சம்பந்தம்?"

"விசாரிச்சாத்தான் தெரியும்" என ரம்யாவின் சம்மதத்தைப் பார்த்தார்.

முத்துராஜா, "உன் கேபினுக்குக் கூட்டிட்டுப் போய் பேசுங்க" என்றார் ரம்யாவிடம்.

ரம்யா, "ப்ளீஸ் கம்" என்றபடி வினோத்தைப் பார்த்தாள். ரம்யா, இன்ஸ்பெக்டருக்கு வழிகாட்டியபடி தன் கேபினுக்குச் சென்றாள். உடன் வந்த வினோத்தை, "கொஞ்சம் வெளிய இருங்க" எனச் சொல்லிவிட்டு, ரம்யாவின் பின்னால் உள்ளே சென்றார் ரமேஷ். கண்ணாடி கேபின். ஆபீஸே அவர்களைத்தான் பார்த்துக்கொண்டிருந்தது.

ரமேஷ், "ஜெனிலியா உங்க ஃப்ரெண்டுதானே?" என்றார்.

ரம்யாவுக்குப் பயத்தில் ஜுரம் போல உடம்பு கொதித்தது. தலையை மட்டும் அசைத்தாள்.

"அவங்க எப்படி இறந்தாங்கன்னு தெரியுமா?"

"தெரியாது."

"ஆசிரமத்தில இருந்தபோது பாலியல் தொல்லைக்கு ஆளானங்களா?"

கண்ணாடி வழியாகப் பரிதாபமாக வினோத்தைப் பார்த்தாள். "சொல்லியிருக்கா."

"பிசினஸ் மேன் நிமோஷ், டாக்டர் குமரேசன், மினிஸ்டர் சுப்பிரமணி இவங்களைப் பத்தி எதுவும் சொன்னாங்களா?"

"தெரியாது."

"ஆனா, அவங்க மூணு பேரையும் நீங்கத்தான் கொலை பண்ணியிருக்கீங்க."

ரம்யா, "நானா?" என அதிர்ந்து, பின் அழ ஆரம்பித்தாள்.

13

ரம்யாவைக் கைதுசெய்த சில நிமிடங்களிலேயே தொலைக் காட்சிகளில் பரபரப்பாக பிரேக்கிங் நியூஸ் வெளியானது. முதலில் மீடியாக்களுக்கு அறிவித்துவிட்டுத்தான் கைதுசெய்யவே வந்ததுபோல தெரிந்தது. அனிடூன் வாசலில் தமிழ்நாட்டின் அத்தனை டி.வி சேனல்களின் நிருபர்களும் கேமராமேன்களும் காத்திருந்தனர். அங்கிருந்தே லைவ் செய்யும் வசதியுடனும் சிலர் வந்திருந்தனர். 'சீரியல் கில்லர் ரம்யா பிடிபட்டார்' என்றன பிரேக்லைன்கள். ஆங்கில, இந்தி சேனல்களிலும் இந்தச் செய்திக்கு கிராக்கி. ரம்யாவைக் கைதுசெய்து வாகனத்தில் ஏற்றுவதும், அவள் அழுதுகொண்டே வாகனத்தில் ஏறுவதும் திரும்பத் திரும்பக் காட்டப்பட்டன.

'சென்னையில் நான்கு கொலைகள், பெங்களூரில் ஒரு கொலை, டெல்லியில் ஒரு கொலை என இதுவரை ஆறு கொலைகளில் சம்பந்தப்பட்டவர் ரம்யா. சாஃப்ட்வேர் துறையில் பணியாற்றிவரும் இவர், எதற்காகத் தொடர்ந்து கொலைகள் செய்தார் என்பது தெரியவில்லை. சைக்கோ நோயாளியா, பழிவாங்கல் விவகாரமா, மாவோயிஸ்ட் பின்னணி கொண்டவரா என போலீஸார் தீவிரமாக விசாரித்து வருகிறார்கள்.' சேனல்கள் இதையே மீண்டும் மீண்டும் நாளெல்லாம் ஒளிபரப்பின. ரம்யா மீது உருவாக்கப் பட்டச் சித்திரம் கொடூரமானதாக இருந்தது. போலீஸ் சொல்வதைக் கேட்டு இவ்வளவு தூரம் கதைகட்டுவார்களா என வினோத் மிரண்டு போனான்.

ரம்யா கொலை செய்தவிதம் என ஒரு சேனலில் படம்போட்டு

விவரித்தார்கள். வாய் வழியாக ரத்தம் உறிஞ்சும் காட்சியில் விரசம் அதிகம் இருந்தது. அதிகாரத்தின் மூலம் ஒரு செய்தி எப்படி உருவாக்கப்படுகிறது என்பதை வினோத் கண்முன்னால் பார்த்தான். ரம்யாவை கமிஷனர் அலுவலகம் அழைத்துச் சென்று, பிறகு கோர்ட்டில் ஆஜர் செய்யப்போவதாகப் பேசிக்கொண்டார்கள். ரம்யாவுக்கு இரண்டு பக்கமும் இரண்டு பெண் அதிகாரிகள். பின்னாலும் முன்னாலும் ஆயுதம் தாங்கிய போலீஸ்காரர்கள். முன் இருக்கையில் ஓர் அதிகாரி... என வாகனம் முழுக்க காக்கிகளின் அணிவரிசை. வாகனம் கிளம்பியதும், காரணமே இல்லாமல் அதன் பின்னால் சிறிது தூரம் வினோத் ஓடினான். எம்.டி-தான் கூப்பிட்டு நிறுத்தினார்.

"சார்... என்னன்னு போய்ப் பார்த்துட்டு வர்றேன்" என அனுமதி கேட்கும் பாணியில் அறிவிப்பு செய்துவிட்டு, பைக்கை எடுத்துக்கொண்டு விரைந்தான். ராமநாதன் வாயில் பிரஷ்ஷோடு நுரைக்க நுரைக்க ரம்யா கைதானதைப் பற்றி ஏதோ சொல்ல வந்தான். "தெரியும்... சீக்கிரம் வா" என அவனை அழைத்துக்கொண்டு கமிஷனர் ஆபீஸுக்கு வினோத் வந்தான். விஷயம் அறிந்து கட்சி ஆட்கள் சிலரும் சாமியாரின் ஆட்கள் சிலரும் ரம்யாவைக் கண்டித்துக் கோஷம் போட்டுக்கொண்டிருந்தனர்.

கமிஷனர் ஆபீஸில் ராமநாதன், தான் ரம்யாவுக்காக ஆஜராவதைச் சொன்னான். "என்ன செக்ஷன்னு சொல்ல முடியுமா?" எனக் கேட்டான்.

"கோர்ட்டுக்கு வாங்க... இங்க டிஸ்டர்ப் பண்ணாதீங்க. வெளிய பார்த்தீங்கல்ல?" என்றார் கமிஷனரின் உதவியாளர்.

ரம்யாவுக்கு அழுவதைத் தவிர வேறு எதுவுமே அந்த நேரத்தில் தெரியவில்லை. தன்மீது படிந்த கறையை வாழ் நாளெல்லாம் துடைத்தாலும் அகற்ற முடியாது என்று தோன்றியது. பெண் காவலர்கள் வந்து, உடம்பில் இரண்டு இடங்களிலிருந்து அடையாளங்களைக் குறித்துக் கொண்டனர். இரண்டு உள்ளங்கைகளிலும் மை பூசி ரேகை எடுத்தனர். பெற்றோர், பிறந்த ஊர், நிரந்தர முகவரி, இப்போதுள்ள முகவரி எனச் சாதாரண விசா ரிப்புதான். கொலை செய்ததற்கான காரணத்தைக் கேட்டனர். அவள் அழுது கொண்டே இருந்தாள். "ஏன் செய்தீர்கள்" என்ற கேள்விக்கும் அழுகை. "நான் எதுவும் செய்யலை" என அவள் முனகியதை யாரும் பொருட்படுத்தவில்லை.

கமிஷனர் அலுவலகத்தில் ஃபார்மாலிட்டி முடிந்து கோர்ட்டுக்கு வந்தபோது... அங்கும் கட்சிக்காரர்கள், சாமியாரின் பக்தர்கள் ஏராளமானோர் இருந்தனர். நீதிபதியிடம் விவரத்தைச் சொல்லி,

அதை வழக்காகப் பதிவுசெய்கிற சம்பிரதாயங்கள் நடந்தன.

போலீஸ் அதிகாரி, நீதிபதியிடம் வேகமாகவும் சீராகவும் விஷயத்தைச் சொன்னார். “ஓர் அமைச்சர், ஒரு விஞ்ஞானி, ஒரு சாமியார், ஒரு டாக்டர் எனச் சமூகத்தில் முக்கியமான நபர்கள் கொல்லப்பட்டிருக்கிறார்கள். எல்லாவற்றையும் இவர்தான் செய்தார் என்பதற்கு இவரே ஆதாரங்களை உருவாக்கி வைத்திருக்கிறார். இவர் உருவாக்கிய வீடியோ கேமில் இவர் கொன்ற அனைவரையும், ‘எப்படிக் கொல்வது’ என முதல் நாளே ஒத்திகை பார்த்தது தெரிகிறது. ஒவ்வொரு கொலை செய்வதற்கு முன்பும், அந்தக் கொலையை வீடியோவாக உருவாக்குவது இவருடைய சுபாவம். அதற்கான ஆதாரம் இது” என்றார் காவல்துறை அதிகாரி.

வீடியோவை ஓடவிட்டார்கள்.

“வீடியோ உருவாக்கப்பட்ட நேரமும் பதிவாகியிருக்கிறது. அதன்பிறகு நிஜக் கொலைகள் அரங்கேறியிருக்கின்றன. அது மட்டுமல்ல... கொலையைப் பார்த்த பலரும் இவருடைய உருவத்தை உறுதிசெய்திருக்கிறார்கள் யுவர் ஆனர். மேற்கொண்டு இவரை விசாரிக்க, 20 நாள்கள் போலீஸ் காவல் வழங்க வேண்டும் யுவர் ஆனர்.” காவல்துறை அதிகாரி சார்பில் அரசு வழக்கறிஞர் வேண்டுகோள் வைத்தார்.

ராமநாதன் டிஃபன்ஸ் தரப்பில் பெட்டிஷன் போட்டுவிட்டு, “கொலைக்கும் இவருக்கும் சம்பந்தமே இல்லை. வீடியோ கேம் ஓர் ஆதாரம் இல்லை. அது அவருடைய வேலை. அதைப் போலவே சம்பவங்கள் நடந்திருப்பது ஒரு செயல்பாடு. பலர் சேர்ந்து இந்தக் கொலைகளைச் செய்திருக்கிறார்கள். 10 நாள்களுக்குள் ஆறு கொலைகளை இந்தியாவின் பல்வேறு பகுதிகளில் ஒரு பெண்ணால் செய்ய முடியாது. பயண நேரமே பொருந்தாது. இவர் சென்னையில் ஓர் அலுவலகத்தில் பணியாற்றிக் கொண்டிருக்கிறார். வீடு பார்க்க வேண்டி ஒரு நாள் விடுப்பு எடுத்தது தவிர மற்ற எல்லா நாள்களும் இவர் அலுவலகத்தில் இருந்ததற்கான எல்லா ஆதாரங்களும் இருக்கின்றன யுவர் ஆனர்.”

ராமநாதனை நீதிபதி ஏற இறங்கப் பார்த்தார். ரம்யாவைப் பார்த்தார். “அப்ஜெக்‌ஷன் ஓவர்ரூல்டு. 14 நாள்கள் காவலில் வைத்து விசாரிக்க உத்தரவிடுகிறேன்.” நீதிபதி கறாராகச் சொல்லிவிட்டார். இத்தனை பிரமுகர்கள் கொல்லப்பட்ட நிகழ்வில் விசாரிப்பதற்குத் தடை இருக்காது என்பதை ராமநாதன் உணர்ந்திருந்தான். வினோத் மட்டும் “விட்ருவாங்களா?” எனக் குழந்தைத்தனமாகக் கேட்டான்.

“விசாரணையின்போது வழக்கறிஞரும் உடன் இருக்க அனுமதிக்க வேண்டும் யுவர் ஆனர்.”

"காலையும் மாலையும் தினமும் சந்திக்கலாம்."

அதற்குமேல் எதுவும் பேச முடியவில்லை. விசாரணைக் கைதிகளுக்கான பிரிவுக்குப் பெரிய கூட்டமாக போலீஸார் சூழ்ந்தபடி அழைத்துச் சென்றனர். எல்லாமே சம்பிரதாயமாக நடந்தன. ஒரு பெண்ணுக்கு நேர்ந்த வீண்பழியை, வலியை யாரும் உணர்வதாக இல்லை. "14 நாள்கள் கழிச்சுத்தான் எதையும் பண்ண முடியும்" என்றான் ராமநாதன்.

ஒரே நாளில் தன் வாழ்க்கை இப்படிப் புரட்டிப் போடப்படும் என ரம்யா நினைக்கவில்லை. நேற்றுதான் வினோத் ஏதோ சொல்ல வந்தான். சாமியாரைப் பார்க்கலாம் என்றான். பெங்களூரிலிருந்து அம்மாவும் அப்பாவும் 'போலீஸ் வந்து விசாரித்தார்கள்' என்றார்கள். இன்று கைது செய்வது என்பது அவகாசம் இல்லாத நெருக்கடியாக இருந்தது. யாராவது வந்து கேட்டால், நமக்குத் தெரிந்த உண்மைகளைச் சொல்லி போலீஸுக்கு உதவுவோம் என்றுதான் நினைத்தாள்.

வாகனத்தில் நிறைய போலீஸ்காரர்கள் இருந்தார்கள். துப்பாக்கி வைத்திருந்தார்கள். ஒரு பெண் காவலதிகாரி, ரம்யாவுக்கு இடமே விடாமல் சீட் முழுக்க உட்கார்ந்திருந்தார். இதுதான் நாம் வெளி உலகத்தைப் பார்க்கிற கடைசித் தருணமா என ஜன்னலில் தெரிந்த வெளியைக் கண்களால் பாதுகாத்துக்கொள்ள முனைந்தாள் ரம்யா.

கமிஷனர் அலுவலக வளாகத்தில், முன்னும் பின்னுமாகக் கடும் காவலுக்கு மத்தியில்தான் அவளை அழைத்துச் சென்றனர். அவள், அந்த முரட்டுச் சூழலுக்கு மத்தியில் பஞ்சு போல இருந்தாள்.

ஓர் அறையில் அழைத்துச் சென்று அமரவைத்தனர். குற்றங்களின் வாசனையை நுகர முடிந்தது. வாகனத்தில் உடன் வந்த பெண் ஐ.பி. எஸ் அதிகாரி, "எல்லாத்தையும் ஒழுங்காச் சொல்லிட்டு நிம்மதியா ரெஸ்ட் எடு. வீணா அடிவாங்கிச் சாகாதே" என்றார். கெடுபிடி போலவும் இல்லை. மிரட்டல் போலவும் இல்லை... ஆனால் மிகுந்த அச்சமாக இருந்தது. தனி அறையில் விட்டுவிட்டுப் போய்விட்டார். காலியான அறையின் நடுவில் ஒரு டேபிளும் எதிரெதிரே இரண்டு நாற்காலிகளும் இருந்தன. சிறிது நேரத்தில் மஃப்டியில் ஒரு பெண் அதிகாரி வந்தார். குண்டாக இருந்தார். அவருக்கு இடுப்பு, முதுகு பக்கங்களிலும் தொப்பை இருந்தது. பல ஆண்டுகளாகச் சிரிக்க மறந்த முகம். தூங்கும்போதும் கடுகடுப்பாகத்தான் இருக்கும்போல இருந்தது.

"என்னம்மா, மினிஸ்டரையே கொல்ற அளவுக்கு என்னா நெஞ்சழுத்தம் உனக்கு?" என்றார்.

"நான் யாரையும் கொல்லல" என்றாள் ரம்யா.

அவர் எந்தவித முகக் குறிப்பையும் காட்டாமல் ரம்யாவை நெருங்கி, தலைமுடியைக் கொத்தாகப் பிடித்து இழுத்தார். “வீடியோவுல ட்ரையல் பாத்துட்டுத்தான் கொல்லுவ... இல்ல?”

“அப்படில்லாம் இல்ல மேடம். அது ஒரு கேம்.”

“அது எப்படி கேம்ல வர்றது எல்லாம் நிஜத்தில நடக்குது?”

“எனக்குத் தெரியாது மேடம்.”

“சரி. இதெல்லாம் வேற யாருக்குத் தெரியும்?”

“நீங்க கேக்கறது புரியலை.”

“யார் உங்களுக்கெல்லாம் லீடர்? இல்ல, நீதான் எல்லாருக்கும் லீடரா?”

“அய்யோ... அதெல்லாம் இல்ல மேடம்.”

“எதுக்கு இதெல்லாம்? உன் ஃப்ரெண்டை தொல்லை பண்ணாங்களா இவங்கல்லாம்?”

“தெரியாது.”

“அதுக்காகத்தானே பழி வாங்கறே?”

“இல்ல.”

“இன்னும் யாரெல்லாம் லிஸ்ட்ல இருக்காங்க?”

“தெரியாது மேடம்.”

“வாய் வழியா உறிஞ்சிக் கொல்லுவியாமே... எப்படின்னு சொல்லு.”

ரம்யா துப்பட்டாவால் முகத்தை மூடிக்கொண்டு கதற ஆரம்பித்தாள்.

“ஏய்... நடிக்காத. இந்த 14 நாள்கள்ல உன்னை எப்படிப் பிழியணும்னு எனக்குத் தெரியும்டி” என்றார்.

14

மிஷனர் அலுவலகத்தில் விசாரணைக் கைதிகள் இருந்த பகுதிக்கு வந்தார் மஜும்தார். அவருக்குத் தேவை ரம்யாவின் ஒரே ஒரு தலைமுடி. இவள்தான் அவளா என்பதை நிரூபிக்க அதுபோதும். காவல்துறை அதிகாரி ராஜேஸ்வரியிடம் விஷயத்தைச் சொன்னதும், ''எத்தனை முடி வேணும் இப்பவே பிச்சிடலாம்'' என்றாள்.

"ஒண்ணு போதும்."

"நான் கொஞ்சம் பேசிப் பார்க்கட்டுமா?" என்றார்.

"வாங்க சார். அவளோட அட்வகேட் இருக்காரு. ஏடாகூடமா எதுவும் கேட்டுடாதீங்க."

"ஏடாகூடம்லாம் எனக்குத் தெரியாது. அது உங்க டிபார்ட்மென்ட். எனக்குச் சில தகவல் வேணும்."

நீண்ட காரிடாரில் நடந்து, பூட்டைத் திறந்து கடக்க வேண்டிய பகுதிகளைத் தாண்டி அந்த அறைக்குள் நுழைந்தபோது, சுருண்டு அமர்ந்திருந்த அவளைப் பார்த்து முதலில் பரிதாபப்பட்டார்.

ராமநாதன், "இவர் யார்?" எனக் கேட்டான்.

"இவர், ஃபோரன்சிக் டிபார்ட்மென்ட். கொலை செஞ்ச பொண்ணோட தலைமுடி இவர்கிட்ட இருக்கு. இவளோட தலைமுடியோட கம்பேர் பண்ணி பார்க்கணும்." ராஜேஸ்வரி தன் அதிகபட்ச நாகரிகத்தில் பேசினாள்.

"பீச்ல செத்துப்போனானே ஒரு செல்போன் திருடன்... அவன் கையில ஒரு தலைமுடி சிக்கியிருந்தது."

ரம்யாவிடம் அவர் விளக்கியதைப் புரிந்துகொள்ளாமல், ராஜேஸ்வரி, "ஓகே?" என்றாள்.

ராமநாதன், "அவன், ரம்யாவோட செல்போனைத் திருடிகிட்டு ஓடினான். அதனால, அதுல இவங்க தலைமுடி இருக்கலாம். அதைவெச்சு கொலைகாரியாக்கிடுவீங்களா?" என்றான்.

ராஜேஸ்வரி, "வக்கீல் சார்... விசாரணையப்போ நீங்க கூட இருக்கலாம்னுதான் சொன்னாங்க. விசாரணைய நீங்க நடத்தணும்னு சொல்லல" என முறைத்தார்.

"மேடம், நான் விசாரணை எதுவும் நடத்தலை. விளக்கம்தான் கேட்டேன். நீங்க நடத்துங்க."

மஜூம்தார் அந்தச் சூழ்நிலையை நிதானத்துக்குக் கொண்டுவர விரும்பினார். "லாயருக்கு நான் ஒரு விஷயத்தைச் சொல்லணும்னு நினைக்கிறேன். ஆக்சுவலா அவன் கையில ரெண்டு முடி இருந்துச்சு. ரெண்டும் ஒரே பொண்ணோட தலைமுடி. ஆனா, வெவ்வேறு நேரத்தில எடுத்தது. ரைட்?... ரம்யாகிட்ட இதுக்கு முன்னாடியே ஒரு தடவை அவன் செல்போன் திருடினானா? அதுதான் கேட்கணும்னு வந்தேன்."

"இல்லை சார்... என்கிட்ட இருந்தது ஒரு போன்தான். ஒரு தடவைதான் திருடினான்."

ரம்யாவின் பதில் குயுக்திகள் அற்ற நேரடியான பதிலாக இருந்தது. அடுத்த கேள்வியையும் கேட்டுவிடத் தயாரானார்.

"உங்களுக்குக் குடிப்பழக்கம் இருக்கா? எப்பவாவது ரேரா பார்ட்டியில சாப்பிடற மாதிரி பழக்கம் இருந்தாலும் சொல்லலாம்."

"இல்ல சார்."

"ஷ்யூர்?"

"ஷ்யூர்."

ராஜேஸ்வரி பொறுமையிழந்து, "சார்... இப்படிலாமா கேப்பீங்க? ஷ்யூர்... ஷ்யூர்னு. குடிப்பியா, இல்லையா?" என மிரட்டலாகக் கேட்டார்.

"கோக் கூட குடிக்க மாட்டேன், மேடம்."

"ஏய்... கேட்டதுக்கு மட்டும் பதில் சொன்னா போதும். நான் விசாரிச்சு வைக்கிறேன், நீங்க போயிட்டு வாங்க சார்."

"லெட் மி எக்ஸ்ப்ளைன். ஒரே பெண்ணோட ரெண்டு தலைமுடி... அதுல ஒரு தலைமுடி அவங்க குடிச்சிருந்ததா காட்டுது. இன்னொண்ணு நார்மல். வெவ்வெறு நாள்ல எடுத்திருக்கணும்.

முதல் தடவை எடுத்தப்போ குடிக்காம இருந்திருக்கணும். இரண்டாவது தடவை எடுத்தப்போ குடிச்சிருக்கணும்.”

ராமநாதன், “இவங்களுக்கு அந்தப் பழக்கமே இல்லைன்னு சொல்லிட்டாங்களே?” என்றான்.

மஜூம்தார் ஆரம்பத்தில் இருந்தே குழப்பத்தில் இருந்தார். வெவ்வேறு சந்தர்ப்பத்தில் சிக்கிய இரண்டு முடிகள் எப்படி ஒருவன் பாக்கெட்டில் பத்திரமாக இருக்க முடியும்? அவருடைய மோகினி கான்செப்ட் ஓரளவுக்குப் பொருந்துகிறது. ரம்யா... ரம்யா உடம்பில் புகுந்த மோகினி ஆவி. மோகினியாக இருந்தபோது குடித்திருக்கலாம். கொல்ல வந்தபோது அவளுடைய முடி சிக்கியிருக்கலாம். ரம்யாவை அச்சத்துடன் பார்த்தார். அவளும் அவரை அச்சத்துடன் பார்த்தாள்.

“எனக்குப் போதும்.” மஜூம்தார் எழுந்தார்.

“அட்வகேட்... உங்களுக்குக் கொடுத்த ஒரு மணி நேரம் முடிஞ்சுடுச்சு. கிளம்புங்க.”

ரம்யா கலக்கத்துடன் ராமநாதனைப் பார்த்தாள். விடைபெறும் வாக்கியமாக, “கவலைப் படாதீங்க. வினோத் டெல்லி போயிருக்காரு. நமக்குச் சாதகமாத்தான் இருக்கு” என்றான்.

அந்த போலீஸ் அதிகாரிக்குச் சற்றே தயக்கம் இருந்திருக்க வேண்டும். டெல்லி என்ற வார்த்தைக்கு ஒரு மரியாதை இருந்தது. அமைதியாக இருந்தாள்.

ர்போர்ட்டிலிருந்து டாக்ஸி பிடித்தான் வினோத். ஓல்டு டெல்லி மவுலானா சையித் அகமது மசூதிக்கு அருகே இருந்தது சயின்டிஸ்ட் சுசீந்திரனின் வீடு. சென்னை ஐ.ஐ.டி பேராசிரியர் தயவில், நிர்மலாவின் எண்ணை வாங்கித் தந்தான் ராமநாதன். டாக்டர் கொலை சம்பந்தமாக சில விஷயங்களைப் பேச விரும்புவதாக நேரம் கேட்டு, பெரிய தவிப்புக்கும் பரபரப்புக்கும் இடையில்தான் புறப்பட்டு வந்தான் வினோத்.

சுசீந்திரன் பெயர் போட்ட பலகை ஒன்று அவர் வீட்டுக்கு அடையாளம் காட்டியது. காலிங் பெல்லை அழுத்திவிட்டுக் காத்திருந்தான். எதிர்பாராத விதமாக ஓர் இளம்பெண் வந்து கதவைத் திறந்தாள்.

“வினோத்?” என்றாள் எதிர்பார்த்தவளாக.

பின்னாடியே வந்த நிர்மலா, “வாப்பா” என்றார் தமிழில். “இவ, என் ஹஸ்பண்டோட ஸ்டூடன்ட்... தீபா. ரிஸர்ச் பத்தி எனக்கு

எதுவும் தெரியாது. அதான் இவளையும் வரச்சொன்னேன்."

அவர் சுட்டிக்காட்டிய சோபாவில் உட்கார்ந்து, எங்கிருந்து ஆரம்பிப்பது என யோசித்துக் கொண்டிருந்தபோதே, "காபி சாப்பிடறீங்களா?" என நிர்மலாவும், "புரொபஸரோட டெத்ல உங்களுக்கு ஏதாவது ரகசியம் தெரிஞ்சா சொல்லுங்க" என்று தீபாவும் ஒரே நேரத்தில் பேச்செடுத்தனர்.

இரண்டுக்குமாக, "சரி" எனத் தொடங்கினான்.

நிர்மலா, சமையல்காரம்மாவிடம் தலையசைத்துவிட்டு, ஆர்வமாக வினோத் பக்கம் திரும்பினார்.

வினோத், முதன்முதலாக நடந்த கொலையில் இருந்து வரிசையாகத் தனக்கு ஏற்பட்ட அனுபவங்களைச் சொன்னான்.

"ஒரே ஒரு விஷயம்தான். முதல்ல அந்த ஆசிரமத்தில தப்பு நடந்திருக்கு. டாக்டர், அந்த பிசினஸ்மேன், அரசியல்வாதி பேர் எல்லாம் ஜெனிலியான்னு ஒரு பொண்ணு எழுதிவெச்சிருக்கா. அவ அந்த ஆசிரமத்தில இருந்தவ. அவங்கெல்லாம்தான் வரிசையா இறந்திருக்காங்க. மெரினா பீச்ல இறந்துபோன ஜஸ்டின், புரொபஸர் இவங்க ரெண்டு பேரோட சாவுக்குத்தான் காரணம் தெரியலை. ஜஸ்டின், பெங்களூர் பக்கமே போனதில்லை... பிசினஸ்மேன், அந்த டாக்டர் யார்கிட்டயாவது அடியாளா இருந்தானான்னுகூட கேட்டுப் பார்த்துட்டேன்... ஒண்ணுமே புரியலை. இதுல எப்படி புரொபஸர் வர்றார்னே தெரியலை."

"என்ன சொல்ல வர்றீங்க மிஸ்டர்?" எனக் கோபப்பட்டார் நிர்மலா.

"மேடம்... தப்பா நினைக்காதீங்க. ஆசிரம விவகாரத்தோட இவரை லிங்க் பண்ணலை. ஏன் சம்பந்தமே இல்லாம இவரைக் கொன்னாங்கன்னு தான் கேட்கிறேன்... அதான் என் கேள்வி."

தீபா, "எந்த விதத்திலயும், செத்துப்போன யாருடனும் புரொபஸருக்குச் சம்பந்தமே இல்ல. இவர் தனி. ஒரு பத்து வருஷமாவே இவரோட ரிஸர்ச் எல்லாம்... ஹிக்ஸ் போஸான் பத்தித்தான். வேற பேசிப் பார்த்ததில்ல. வேற யாரையும் மீட் பண்ணினதும் இல்ல" என்றாள்.

"அதைத்தான் கேட்கிறேன்... ஹிக்ஸ் போஸானுக்கும் செத்துப் போன இவங்களுக்கும் ஏதாவது ஒரு தொடர்பு? இவரைப் போலவே அவங்களும் ஆராய்ச்சியை நிறுத்த விரும்பினாங்களா எந்தவிதத்திலாவது? திசை திருப்பறதுக்காக ஜெனிலியாவைக் கோத்துவிட்டிருக்காங்களா?"

"சென்னை போலீஸ், ஜெனிலியா ஆங்கிள்லதான் இப்ப ஒரு

பொண்ணை அரெஸ்ட் பண்ணியிருக்காங்கன்னு கேள்விப்பட்டேன்" என்றாள் தீபா.

"ஆமா... அவ என்கூட வொர்க் பண்ற பொண்ணு. எனக்கு நல்லா தெரிஞ்ச பொண்ணு. கொலை நடந்த சமயங்கள்ல எல்லாமே அவ வேற ஒரு இடத்தில இருந்திருக்கா. குறிப்பா புரொபஸர் இறந்த அன்னைக்கு சென்னையில தங்கறதுக்கு ரூம் தேடி அலைஞ்சுகிட்டிருந்தா. பெங்களூர்லயும் டெல்லியிலயும் வந்து கொலை செஞ்சிட்டு போற அவகாசமே இல்ல. டெய்லி என் கூட அவ ஆபீஸ்ல இருந்திருக்கா... நீங்க தர்ற ஏதாவது ஒரு தகவல் அவளைக் காப்பாத்த உதவும்னுதான் இங்க வந்தேன்." வினோத் தயங்கித் தயங்கிச் சொல்லி முடித்தான்.

"சாரோட ஆராய்ச்சிக்கட்டுரைல என்ன சொல்ல வந்தார்னு தெரியலை. அதைத்தான் ஹார்ட் டிஸ்க்கோட எடுத்துட்டுப் போயிட்டா. அந்தக் கட்டுரையைத் தேட ஆரம்பிக்கிறவங்க எல்லாருமே ஒரு வேலை வரிசையா கொல்லப்பட்டிருப்பாங்களோ?" என ஒரு தொடர்பு கொடுத்தாள் தீபா.

நிர்மலா, "இப்ப நீங்க ரெண்டு பேர்தான் அடுத்து தேடிக்கிட்டு இருக்கீங்க" எனச் சிரித்தார். காபி வந்தது. குடித்து முடிக்கிறவரை ஏனோ எல்லோருமே அமைதியாக இருந்தனர். "அப்படி இல்ல மேம். அசிஸ்டென்ட் கமிஷனரும் தேடிக்கிட்டு இருக்கார்." தீபா கப்பை வைத்துவிட்டு துப்பட்டாவால் உதட்டை ஒத்தி எடுத்தாள்.

வினோத், சீரியஸாக, "எனக்கென்னமோ இது விளையாட்டாத் தெரியலை. நம்மையும் தேடி வரலாம்னுதான் தோணுது" என்றான்.

"பயமுறுத்தாதீங்க வினோத். சென்னையில் இறந்த நாலு பேரும் இதற்கான சம்பந்தமே இல்லாதவங்க. பெங்களூர் சாமியாரும்தான்."

"ஏதோ லிங்க் இருந்து நமக்குத் தெரியாம இருந்திருந்தா?"

"ஒரே ஒரு லிங்க் இருக்கு."

"என்ன மிஸ்டர் வினோத்?"

"அந்த நாலு இடங்கள்லயும் கொலை நடந்தப்ப என்னோட ஃப்ரெண்ட் இருந்ததா, அங்க பார்த்தவங்க சாட்சி சொல்றாங்க."

"நீங்கதான், அவங்க உங்களோட வேலை பார்த்துக்கிட்டு இருந்தாங்கன்னு சொல்றீங்களே?"

"ஆமா. அதாவது என்னோட ஃப்ரெண்ட் ரம்யாவைப் போல வேற ஒருத்திய பார்த்திருக்காங்க."

"அது எப்படி அதே போல இன்னொரு பொண்ணு."

"அதே போல பொண்ணுன்னு நான்தான் சொல்றேன். சாட்சி

சொல்றவங்க ‘அதே’ பொண்ணுதான்னு சொல்றாங்க.”

“ஓ!” அழகாகக் கண் இடுக்கி வியந்தாள் தீபா.

“நிர்மலா மேம்... நீங்க அந்தக் கொலைகாரிய பார்த்தீங்க இல்ல? நீங்க என்ன நினைக்கிறீங்க?” என வினோத் கேட்டான்.

“இப்ப அரெஸ்ட் பண்ணியிருக்கப் பொண்ணை நான் பார்க்கவே இல்லையே?”

“டி.வி-யில காட்டினாங்களே?” என்றான் வினோத்.

“எங்க வீட்ல டிவி இல்லைப்பா. அவர் அப்பாஸ் பாணியில ‘இடியட் பாக்ஸ்’னு சொல்லுவார். நாகின் பார்ப்பேன். அதுகூட யூ ட்யூப்ல.”

வினோத் செல்போனில் இருந்த ரம்யாவின் படத்தை எடுத்து நிர்மலா மேடமிடம் காட்டினான்.

நிர்மலாவின் இமைகள் படபடத்தன. “ஆமாம்பா இதே பொண்ணுதான்” என்றார் கண்கள் பிரமிக்க.

தீபாவும் அந்த அதிர்ச்சியில் பங்குகொள்ளும் விதமாக அந்த போட்டோவை வாங்கிப் பார்த்தாள். “இவ... கிராபிக் அனிமேட்டர்தானே? ஐ நோ ஹர். இவ அண்ணன் செர்ன்ல வேலை பார்க்கிறான். ஜெனீவா போனப்ப பாத்திருக்கேன்” என்றாள்.

வினோத் அதிர்ச்சியுடன் திரும்பினான்.

15

ரம்யாவுக்கு ஓர் அண்ணன் இருப்பதே, இன்னொரு ரம்யா போல அதிர்ச்சித் தகவலாக இருந்தது. வினோத்தைவிட தீபாவுக்கு அதிர்ச்சியாக இருந்தது. புரொபஸர் சுசீந்திரன் கொலை செய்யப்பட்ட விவகாரத்துக்கே 'செர்ன்' அமைப்புடன் தொடர்புப்படுத்திப் பார்த்தவள் அவள். ரம்யாவின் அண்ணன் கவின், செர்ன் லேபாரட்டரியில் சயின்டிஸ்ட். புரொபஸரின் கொலைக்காகக் கைது செய்யப்பட்டிருப்பவள், அவன் தங்கை ரம்யா. இவ்வளவு ஈஸியாக யாரும் சிக்க மாட்டார்கள்.

“வினோத்... ஒரு விஷயம் ரொம்ப ஃபிஷ்ஷியா இருக்கு. நான் ஆரம்பத்தில இருந்தே 'புரொபஸர் ஆராய்ச்சியை செர்ன் அமைப்புல சில பேர் விரும்பலை'ன்னு சொல்லிக்கிட்டு இருக்கேன். செர்ன் அமைப்புல வேலை செய்யிற கவின், இந்த ஆபரேஷன்ல இருப்பான்னு தோணுது. அவனோட தங்கச்சி இந்த விஷயத்தில அரெஸ்ட் ஆகியிருக்கிறது ஒரு பொட்டன்ட் லிங்க்.” தீபா சற்று உணர்ச்சிவசப்பட்டிருந்தது தெரிந்தது.

செர்ன் விவகாரத்தைக் கொஞ்சம் விளக்கும்படி வினோத் கேட்டான். விளக்கியவள், “செர்ன் ஆராய்ச்சியில் ஏதோ ஆபத்து இருப்பதை புரொபஸர் சொல்லிக்கொண்டிருந்தார். அதில் இருக்கும் ஆபத்தை ஆதாரத்துடன் எழுதும் முயற்சியின்போதுதான் அவர் கொல்லப்பட்டார். ரம்யா கைது செய்யப்பட்டிருப்பது அதற்கு ஓர் அத்தாட்சி போல இருக்கிறது” எனச் சொல்லி முடித்தாள்.

டெல்லி வந்தால் ரம்யாவை மீட்க ஏதாவது உதவி கிடைக்கும்

என்றுதான் வினோத் நினைத்தான். அவள் ஏதோ 'ரா ஒன்' கதை போல அனிமேஷனிலிருந்து உயிர்பெற்ற பொம்மையா, அவள் பேசியது எப்படி இருந்தது, குரல்தானா அல்லது சிந்தஸைஸரா... ஏதாவது ஒரு க்ளூ கிடைக்கும் என்றுதான் வந்தான். இப்போதோ ரம்யாதான் கொலைகாரி என்பதற்கு ஜெனீவா வரை ஆதாரம் பிடிக்கிறார்கள்.

ரம்யாவைக் காப்பாற்றுவதற்கான பிடிகள் எல்லாமே தளர்ந்து கொண்டிருந்தன. எல்லா இடங்களிலும் ரம்யாவைப் பார்த்த சாட்சிகள் இருந்தன. போதாத குறைக்கு இப்போது ஜெனீவா, செர்ன் லேப் எனப் பயமுறுத்துகிறார்கள். சர்வதேச சதியில் தானும் ஓர் அங்கமாகிவிடுவோமா எனப் பயப்படவும் செய்தான்.

"நாம் யூகிப்பதைவிட அவரிடமே பேசுவதுதான் நல்லது. ஒருவேளை அவருக்கு ரம்யா இங்கு கைதுசெய்யப்பட்டிருப்பதே தெரியாமல் இருக்கலாம்" எனத் திருத்தமாக தீபாவிடம் சொன்னான்.

"சொல்லலாம். ஆனால், அதனால் அவர்கள் அலெர்ட் ஆகிவிட வாய்ப்பாகிவிடாதா?"

"தகவலை மட்டும் சொல்லுங்கள். மீதி தன்னால் வரட்டும்."

"நான் உடனே கவினுக்கு மெயில் போடுறேன். இங்க நடக்கிற எல்லா விஷயங்களையும் சொல்கிறேன். அவனுடைய பதிலில் உண்மை தெரிந்துவிடும். இன்னொரு பக்கம், சைபர் க்ரைம் மூலம் அவனுடைய நடவடிக்கையைக் கண்காணிக்கச் சொல்லலாம். வினோத், நீங்கள் இன்னொரு நாள் டெல்லியில் இருப்பீர்கள்தானே?" என்றாள்.

"சென்னைக்கு நல்ல செய்தியுடன் போக வேண்டும். அதற்காக, இன்னும் ஒரு நாள் இருப்பதில் சிரமம் இல்லை."

போன் நம்பர்கள், இமெயில் முகவரிகளெல்லாம் பரிமாறிக் கொண்டு வினோத் அங்கிருந்து விடைபெற்று, டெல்லி புராணகிலா அருகே ஓட்டல் ஒன்றில் அறையெடுத்துத் தங்கியபோது அவனுக்கு எழுந்த ஒரே கேள்வி... ரம்யா தனக்கு ஓர் அண்ணன் இருப்பதை ஏன் மறைத்தாள்?

தீபாவிடமிருந்து வந்த மெயில் கவினுக்கு அதிர்ச்சி தந்தது. இத்தனைக் கொலைகள்... எல்லாம் ரம்யா செய்ததாகச் சொல்லியிருந்தது அதைவிட அதிர்ச்சி. உண்மையில் புரொபஸர் சுசீந்திரனின் மரணம், செர்ன் விஞ்ஞானிகள் சிலரைத் தூக்கிவாரிப் போட்டது என்றுதான் சொல்ல வேண்டும். 'இந்த ஆராய்ச்சியின் மூலமாக நாம் பிரபஞ்சத்தின் ஆதாரத்தை அசைத்துப் பார்க்கிறோம்.

ஆபத்து எந்த வடிவத்தில் வரும் என எதிர்பார்க்க முடியாது' என அச்சுறுத்தியபடி இருந்தார். 'இந்தக் கிழவனுக்கு வேறு வேலையில்லை' என்றவர்களும் 'கொஞ்சம் எச்சரிக்கையாக இருக்க வேண்டும்' என்றவர்களும் அதில் இருந்தனர். குறிப்பாக, ஸ்டீபன் ஹாக்கிங் இந்த விஷயத்தில் வேறுவிதமாக எச்சரிக்கை செய்துகொண்டிருந்தார். 'வேறு கிரகங்களைத் தேடுங்கள்' என்பதுதான் அவருடைய முக்கியமான அறிவுறுத்தல். 'பூமிக்கு ஆபத்து நெருங்குகிறது' என்பது அவருடைய தொடர்ச்சியான நினைவூட்டலாக இருந்தது. செர்ன் சோதனைகள், பிரபஞ்சத்தை அறிவதற்கான களம்தான். இன்னொரு கிரகத்தை அறிவதற்கான இன்னொரு வழி. இதில் ஆதாயம் யாருக்கு? பெரிய பணமுதலைகளுக்கு இதில் ஆர்வம் இருக்கிறது. வேற்றுக் கிரகங்களில் ரியல் எஸ்டேட் போடுகிற அளவுக்குக் கனவில் இருக்கிறார்கள். புரொபஸரைக் கொல்ல நினைப்பவர்கள் அவர்கள் என்றால், இதில் ரம்யா எங்கே வந்தாள்?

இந்தத் தொடர் கொலைகள் ரம்யாவுக்குச் சம்பந்தமற்றவை. அவளைப் பலிகடா ஆக்கி, யாரோ செய்கிற படுகொலைகள் எனத் தெளிவாகத் தெரிந்தது. இப்போதே செர்னில் நடக்கும் பிசினஸ் மலைப்பானது. ஸ்டெய்ன்லெஸ் ஸ்டீல் ஷீட்டுகள் மட்டுமே பல்லாயிரம் கோடி ரூபாய்க்கு வாங்கினார்கள். ஃபைபர் ஆப்டிக் கேபிள், டிஸ்ப்ளே மானிட்டர்ஸ், ட்ரான்ஸ்ஃபார்மர், ஃப்ரேம் வொர்க் கான்ட்ராக்ட்கள், வொர்க்ஸ்டேஷன் இன்ஃப்ராஸ்ட்ரெக்சர்ஸ், சிலிக்கன் பிக்ஸல் சென்சர்ஸ், கட்டுமானங்கள் என எல்லாவற்றிலும் பணம் விளையாடியது.

இதை நிறுத்தச் சொன்னால் சும்மா இருப்பார்களா? இந்த ஆய்வின் முடிவில் மேலும் கான்ட்ராக்ட்கள் இருந்தன. பதவிகள், அதிகாரங்கள், பணம் எல்லாம் இருந்தன. சுசீந்திரன் அதை உணர்ந்தே இருந்தார். ஆனால், அதற்காகக் கொலை செய்வார்கள் என நினைத்திருக்க மாட்டார். அவரை மட்டும் கொன்றால் சரியாக இருக்காது என்பதால்தான், அவருக்கு முன்னும் பின்னும் சில கொலைகளைச் சேர்த்திருக்கிறார்கள். ஓர் அப்பிராணியை, ஒரு பழிவாங்கல் காரணத்துடன் பிணைத்திருக்கிறார்கள். ரம்யாவை நினைத்தபோது பதற்றமாகவும் இருந்தது.

'இதில் ரம்யா ஒரு பலிகடா. தேவையில்லாமல் சிக்கவைக்கப் பட்டிருக்கிறாள்' என விளக்கமாகப் பதில் மெயில் போட்டான்.

வினின் அப்பாவும் ரம்யாவின் அப்பாவும் அண்ணன், தம்பிகள். ரம்யா, சித்தப்பா மகள். அமைதியான, அறிவாளியான பெண். கவின், தன் சித்தப்பாவைத் தொடர்புகொண்டு பயப்பட வேண்டாம் என அறிவுறுத்தினான். நடந்த அத்தனை விவகாரங்களையும் ஒவ்வொரு

வரியாகக் கேட்டுக்கொண்டான். "பதினைஞ்சு நாள்களுக்குப் பிறகுதான் பார்க்க முடியும்னு சொல்லிட்டாங்க. எப்படியாவது காப்பாத்துப்பா" என அழுதார்கள். "நான் அடுத்த வாரம் சென்னை வருவேன். கவலைப்படாதீங்க, வெளியே கொண்டாந்துடலாம்" என்றான்.

பார்ட்டிகல் பிசிக்ஸில் பிஹெச்.டி முடித்தபோது கவினுக்கு ஒரு கனவு இருந்தது. கார்ல் சேகன் போல வெளிக்கிரகத் தொடர்புகளை ஆய்வுசெய்ய வேண்டும் என்ற கனவு அது. செர்ன் பிக்பாங் ஆய்வும் அப்படியான ஒரு பெருங்கனவின் வாசல் போல இருக்கவேதான் வேலைக்கு விண்ணப்பித்தான். பல்லாயிரம் விஞ்ஞானிகளின் கூட்டு உழைப்பு. அப்சர்வேட்டரி அனாலிசிஸ் பிரிவின் ஆயிரத்தில் ஒருவன் வேலை.

தீபாவை போனில் அழைத்தான். "உங்கள் மெயிலில் ரம்யாவுடன் சேர்த்து என்னையும் சந்தேகிப்பது தெரிகிறது. என்மீது வந்திருப்பது இயற்கையான சந்தேகம் தான். என் தங்கைக்குக் கொலையில் தொடர்பு இருப்பதாகச் சொல்லும் போது, என்னை சந்தேகிப்பதற்கு வாய்ப்புகள் அதிகம். புரொபஸரின் எதிரிகள் செர்னில் இல்லை. செர்னால் ஆதாயம் அடைபவர்களில் இருக்கிறார்கள். இதற்குப் போலீஸ் கண்கள் போதாது. அறிவியல் வேண்டும். கொஞ்சம் முயற்சி செய்து புரொபஸரின் பாஸ்வேர்டைப் பிடியுங்கள். அவருடைய அத்தனை மெயில்களும் படிக்கப்பட வேண்டும். கூகுள் டாக்கில் இருந்தால் அவருடைய கடைசிக் கட்டுரையை எடுத்துவிட முடியும். ரம்யாவை இதில் சிக்க வைத்திருப்பவர்களின் சதியைக் கண்டுபிடிக்க வேண்டும். புரொபஸரைக் கொன்றவர்களின் நோக்கத்தைக் கண்டுபிடிக்க வேண்டும். நான் அடுத்த வாரம் சென்னை வருகிறேன்." வேகமாகப் பட்டியல் போல பேசினான்.

"கொலை செய்வதற்கு உங்கள் தங்கையே புரொபஸரின் வீட்டுக்கு வந்திருக்கிறார். புரொபஸரின் மனைவி அடையாளம் சொல்கிறார்."

"அது நல்லதுதான். ஒரு பெண்ணையே அத்தனை இடங்களிலும் பார்த்ததாகச் சொல்வதே பிசிக்ஸுக்கு விரோதம். ஒரு வாரத்தில் ஐந்து கொலைகளை வெவ்வேறு நகரங்களில் நடத்தியிருப்பதில்தான் தவறு செய்துவிட்டார்கள். ஓர் அலுவலகத்தில் வேலை பார்க்கும் பெண், தினமும் இரவில் இத்தனை தூரங்கள் பயணித்து இந்தக் கொலைகளை நிகழ்த்திவிட்டு, மறுநாள் ஆபீஸுக்குச் சாதாரணமாகப் போயிருக்க முடியாது. அதே இரவுகளில் அவள் ஹாஸ்டலிலும் இருந்திருக்கிறாள்... எப்படி?"

"அந்தச் சந்தேகம்தான் எல்லோருக்கும்."

"ரம்யா போலவே ஒருத்தியை உருவாக்கியதுதான் அவர்கள்

சாமர்த்தியம். அதையே எல்லா கொலைகளிலும் பயன்படுத்தியதில் சிக்கிக்கொண்டார்கள். இந்த ஒரு கேள்வியை மட்டும் கேட்க வேண்டும்... சதிகாரர்கள் தானாக வெளியே வருவார்கள்."

தீபாவுக்குக் குழப்பமாகத்தான் இருந்தது. வினோத் சொல்வதை நம்புவதா, கவின் சொல்வதை நம்புவதா, போலீஸ் சொல்வதை நம்புவதா? எல்லோரையும் சந்தேகத்துடன் நம்பினாள். வினோத்திடம் விஷயத்தைச் சொல்ல முற்பட்டபோது, அவனுடைய போன், 'நாட் ரீச்சபிள்' என்றே வந்தது.

புரொபஸரின் மெயில்களில் உறங்கிக் கொண்டிருக்கும் உண்மைகளை வெளியே எடுக்க வேண்டுமென்பதில் தீவிரமாக இறங்கினாள்.

ராணகிலா சிதில அரண்மனையைக் காலொடிய சுற்றிவிட்டு இந்தியா கேட் பக்கம் வந்தான் வினோத். காலையிலேயே ராமநாதனிடம் நடந்ததைச் சொன்னான். எம்டி-யிடம், "இன்னொரு நாள் இருந்து சில வேலைகளை முடிக்க வேண்டும்" என்றான். "ஏடாகூடமா நீ எதுலயாவது மாட்டிக்கப் போறே" என்றார் முத்துராஜா. எல்லோரும் கேட்டைச் சுற்றிச் சுற்றி வாக்கிங் போய்க்கொண்டிருந்தார்கள். ஒரு வேகவைத்த சோளத்தை வாங்கிச் சுவைத்தபடி அறைக்குப் போய் சாப்பிடலாமா, சாப்பிடாமலேயே படுத்துவிடலாமா என மனசைச் சுண்டிப் பூவா தலையா போட்ட நேரத்தில், பின்னாலிருந்து ஒரு குரல் கேட்டது. "வினோத்!"

தீபா.

"மத்தியானத்திலிருந்து ட்ரை பண்றேன். உங்க போன் நாட் ரீச்சபிள்."

"புராணகிலா போனேன். போன் டவர் இல்லை. அப்புறம் ஸ்விட்ச்டு ஆஃப்!"

"பரவால்ல. இங்கதான் ரெகுலரா வாக்கிங் போவேன். ரம்யாவோட அண்ணன்கிட்டப் பேசிட்டேன். அதைவிட முக்கியம் புரொபஸரோட மெயில் பாஸ்வேர்டு கண்டுபிடிச்சுட்டேன்."

ஒருவித நன்றியுணர்வில் கையைப்பிடித்துக் குலுக்கினான். "புரொபஸரோட கட்டுரையை உனக்கும் ரம்யா அண்ணனுக்கும் ஃபார்வேர்ட் பண்ணிட்டேன். ஆனா... அவருடைய கட்டுரையைப் படிச்சா ரொம்பப் பயமா இருக்கு!" என்றபடி அச்சத்துடன் சுற்றும் முற்றும் பார்த்தாள்.

16

வினோத், தீபா இருவருமே பரஸ்பர அவநம்பிக்கையுடன்தான் பேசினர்... பழகினர்... உதவினர்.

தீபாவுக்கு வினோத் மீதே ஒரு சந்தேகம் இருக்கத்தான் செய்தது, 'ரம்யாவும் அவனுமே கூட்டாக இத்தனை வேலைகளையும் செய்திருப்பார்களோ' என. 'இருவரும் ஒரே இடத்தில் வேலை செய்கிறவர்கள். ஒவ்வொரு கொலையின்போதும் சில மைக்ரோ செகண்டுகளுக்கு முன்பு வரை அவன் ரம்யாவுடன் இருந்திருக்கிறான். அவள்மீது வினோத்துக்குக் காதல் இருப்பதாகத் தோன்றுகிறது. அதன் காரணமாக அவளை மீட்க நினைக்கிறான்'. இப்படியெல்லாம் யோசித்தாள் தீபா.

ஒன்றுக்கு ஒன்று ஒட்டாத காரணங்களாக அவளுக்கே பிசிறடித்தன. எதற்காக ஊர் ஊராகச் சென்று கொலை செய்யவேண்டும்? காதலிக்கிற பெண்ணாக இருந்தாலும், இத்தனை கொலைகள் செய்தவளைக் காப்பாற்றிக் குடும்பம் நடத்துவானா? ரம்யாவும் வினோத்தும் அப்பாவிகளா? நிர்மலா மேடம் 'கொலை செய்ய வந்தவள் ரம்யாதான்' என உறுதியாக அடையாளம் காட்டுகிறார். ஒரு பெண் எப்படி எல்லா நகரங்களிலும்... அவளைப் போலவே வேறு ஒருத்தியா?

அதுதான் சரியாகப் பொருந்துகிறது.

தீபாமீது வினோத்துக்கு இருந்த ஒரு சந்தேகம், 'பேராசிரியர் இப்படி ஒரு கடிதம் எழுதுவது அவளுக்கு மட்டும்தானே தெரியும்' என்பது. அவளா? அவள் மூலமாக வேறு ஒருவரா? கவின், தீபா

இருவரும் சேர்ந்து இந்த நாடகம் ஆடுகிறார்களா?

வினோத் போனில் 'தீபா' என்ற பெயர் ஒளிர்ந்தது. சிந்திப்பதைக் கண்காணிக்கிறாளா எனச் சற்றே திடுக்கிட்டான்.

"ஏர்போர்ட் கிளம்பிட்டீங்களா?" என்றாள்.

"டாக்ஸிக்குச் சொல்லியிருக்கேன்."

"கேன்சல் பண்ணுங்க. நான் இப்ப வர்றேன்."

டாக்ஸியைக் கேன்சல் பண்ணச் சொன்னாளா, ஃப்ளைட்டையா எனக் கேட்பதற்குள் வைத்துவிட்டாள். ஐந்து நிமிடங்களில் ரிசப்ஷனிலிருந்து போன். தீபா.

டைட்டாக ஜீன்ஸ் பேன்ட், டி ஷர்ட். தைப்பார்களா, இல்லை ஒட்டிவிடுவார்களா, தெரியவில்லை. "நீங்கள் சென்னை செல்வதற்குள் சில விஷயங்களைப் பேசிவிடலாம் என்றுதான்... இவர் மிஸ்டர் சுரேந்தர் சிங். அசிஸ்டென்ட் கமிஷனர். இவர்கிட்ட நீங்க வந்ததைச் சொன்னேன். பார்க்கணும்னு சொன்னார்."

அவர், சீருடை தவிர்த்து ரேமண்ட் ஜென்டில்மேன்போல இருந்தார். கைக்குலுக்கலில் 'இதுதான் ஆரம்பம்' போன்ற தோரணை.

வினோத் எதிர்பாராத விருந்தாளிபோலக் கொஞ்சம் விழித்தான். சுருக்கமாகத் தான்செய்யும் பணியையும் தன்னுடன் வேலை பார்க்கும் பெண் இதில் சிக்கியிருப்பதையும் சொன்னான்.

கடிகாரத்தைப் பார்த்துவிட்டு, "ஃப்ளைட்டை கேன்சல் செய்ய வேண்டுமா?" என்றான்.

"நோ... சாரி" எனப் பதறிய படி, ஏர்போர்ட் வரைக்கும் பேசிக்கிட்டுப் போனா போதும்" என்றார்.

அவருடைய இனோவாவில் முன் இருக்கையில் தீபாவை உட்காரச் சொல்லிவிட்டு, நடு இருக்கையில் வினோத்தும் சுரேந்தரும் அமர்ந்தனர். டெல்லிச் சாலைகளில் கார் விரைந்தது.

"ரம்யாவோட புரொஃபைல் எல்லாம் பார்த்தேன். அவளால் இத்தனை கொலை களைப் பண்ணியிருக்க முடியும் என்று தோன்றவில்லை."

"அவளால ஒரு எறும்பைக்கூடக் கொல்ல முடியாது சார்." வேகமாகத் திருத்தினான். சிங் சிரித்தார்.

"இருக்கலாம்." யோசனையுடன் சாலையைப் பார்த்தார். "எல்லா இடங்களிலும் அவளைச் சந்தேகிக்க வாய்ப்பாகிவிட்டது. தினமும் வேலைக்குப் போய்க்கொண்டே அப்படி வர முடியாது என்பதும் லாஜிக்கல் குழப்பம்."

“ஆமாம். அவளை நல்ல கிராஃபிக் டிசைனர் என கவின் சொல்லியிருக்கிறான். ஜெனிவா போயிருந்தபோது, வீடியோ கால்போட்டு என்னை அவளுடன் பேசச் சொன்னான். அவளுடைய உருவத்துக்கும் இந்தக் கொலை களுக்கும் சம்பந்தமே இல்லை.” தீபா, பின்புறம் திரும்பிச் சொன்னாள்.

“எனக்கு இரண்டு விஷயங்களைத் தெளிவு படுத்துங்கள் வினோத்... ரம்யா இரட்டைப் பிறவியா? ரம்யாவோ, பெற்றோரோ மறைக்கிறார்களா என்பது தெரிய வேண்டும். சினிமாவில் வருவதுபோல யோசிப்போமே... அவர்களுக்கே தெரியாமல் பிறந்தபோதே ரம்யாவின் சகோதரியைக் கடத்திவிட்டார்களா இது ஒன்று. அதாவது, இன்னொரு ரம்யாவுக்கான வாய்ப்புகள்...”

“பிறந்த ஆஸ்பத்திரிக்கே போய் விசாரித்து விடுகிறேன்.”

“நாங்கள் ஏற்கெனவே அனுப்பிவிட்டோம். உங்கள் தரப்பில் விசாரியுங்கள். ரெண்டாவது விஷயம்... கவின். புரொபஸரின் கட்டுரையைப் படித்திருப்பீர்கள்.”

“எனக்கு ஒன்றும் புரியவில்லை. ஏதோ ஆபத்து என்பதைத்தவிர.”

“எனக்கும்தான்... ஆனால் தீபா ஓரளவுக்குச் சொல்லிவிட்டாள்.”

புரொபஸர் சுசீந்திரனின் கட்டுரைப் பின்னணியைச் சுருக்கமாகச் சொன்னாள் தீபா. “ஒன்றுமில்லை. 1,400 கோடி வருஷங்களுக்கு முன்னால் இயற்கையாக ஒரு பிக்பாங் ஏற்பட்டு இந்தப் பிரபஞ்சம் உருவானது. ஐரோப்பாவில் செர்ன் உருவாக்கியிருப்பது ஒரு குட்டி பிக்பாங். இது பிரபஞ்சத்தின் ஏதோ ஓர் இடத்தில் பாதிப்பை ஏற்படுத்தும் என்பது புரொபஸரின் கணிப்பு. அதனால் ஏற்படும் பாதிப்பு பூமியை அழித்துவிடக்கூடும் என அஞ்சியிருக்கிறார். அவருடைய அச்சத்துக்கு இன்னொரு முக்கியக் காரணம், வேற்று கிரகத்திலிருந்து அவருக்குக் கிடைத்த சிக்னல். காஸ்மிக் ஸ்பெக்ட்ரா அனாலிஸிசில் புரொபஸருக்கு ஆர்வம். ஸ்டீபன் ஹாக்கிங்போல ஏதாவது கிரகங்களைத் தேடும் வேலையில் இருப்பார். அப்போதுதான் அவருக்கு இந்த அனுபவம் ஏற்பட்டிருக்கிறது. அதை முழுவதுமாக அறியும் வேலையில் இருந்தபோதுதான் கொல்லப் பட்டார். வந்தவர்கள் முக்கியமாக அந்தக் கட்டுரையைக் களவாடியிருக்கிறார்கள். நல்லவேளையாக கூகுள் டாக்கில் இருந்ததால் என்னால் எடுக்க முடிந்தது. கட்டுரை சேவ் ஆன நேரத்துக்கும் அவர் கொல்லப்பட்ட நேரத்துக்கும் சுமார் ஐந்து நிமிட இடைவெளிதான்.” தீபா சொல்லி முடித்தாள்.

“கவின்..?” என்றான் வினோத்.

“கவின் பற்றிய தகவல்கள் வேண்டும். எப்படிப்பட்டவர்...

பின்னணி... அவருடைய ஆசை, பேராசை போன்றவை."

"விசாரிக்கிறேன். ஆனால், இதற்கும் நீங்கள் ஆள் அனுப்பியிருப்பீர்களே?"

சிங் சிரித்தார். "எனக்கு வேறு ஒரு தரப்பிலிருந்து விவரங்கள் வேண்டும். தேவைப்பட்டால் உங்களுக்கும் ஓர் ஆள் போடுவோம்... போலீஸ் புத்தி."

"இனிமேல்தான் போடப்போகிறீர்கள் என்பதை நம்ப வேண்டுமா?" என்றான் சகஜமாக.

ஏர்போர்ட் நெருங்கியது. ஏ.சி புண்ணியத்தில் நேராக வாசலில் போய் இறங்கினான்.

" ர்ட்ல கேட்டா யார் பதில் சொல்றது? இப்படியா கத்தையா முடியை வெட்டுவீங்க?" கமிஷனர் கோபமாகக் கேட்டார்.

"இல்ல சார்... ஃபோரன்சிக்ல இருந்து கேட்டாங்க... அதான்" என்றாள் ராஜேஸ்வரி.

"அந்த அட்வகேட் 'கோர்ட்ல வெச்சுப் பாத்துக்கிறேன்'னு கத்தறான். வெளிய தெரியற மாதிரி எந்த டார்ச்சரும் வெச்சுக்கக் கூடாது. பேச்சிலயே மிரட்டினா போதும்... ஏதாவது சொன்னாளா?" என்றார்.

"அழுதுக்கிட்டே இருக்கா."

"அவளைப் பார்த்துக்கிறதும் பயமுறுத்தறதும் உன்னோட வேலை. பார்த்து."

"புரியுது சார்."

"இன்னும் ஒரு வாரம்தான் நம்ம கஸ்டடியில இருப்பா. அதுக்குள்ள நமக்கு உண்மை தெரிஞ்சாகணும்."

ராஜேஸ்வரிக்குப் பெரிய சவாலாக இருந்தது. எப்பேர்ப்பட்ட குற்றவாளிகளையும் நொடியில் வழிக்குக் கொண்டுவந்துவிடுவாள். ரம்யா விஷயத்தில் ஆசையாகப் பேசிப் பார்த்துவிட்டாள், அதட்டிப் பார்த்துவிட்டாள்... எதற்கும் பலன் இல்லை. கொஞ்சம் அவுட் ஆஃப் த வே போய்தான் விசாரிக்க வேண்டும் என்பதில் உறுதியாக இருந்தாள். போதிய ஆதாரங்கள் இல்லை என நீதிபதி தள்ளுபடி செய்ய நேரிட்டால்... காவல்துறைக்கு அல்ல, ராஜேஸ்வரிக்குக் களங்கம்.

கமிஷனர் கிளம்பிப் போனார்.

ராஜேஸ்வரி இரவு 11 மணிக்கு ரம்யாவை விசாரிக்க நேரம்

குறித்துவிட்டு வீட்டுக்குப் போய் ஃப்ரெஷ்ஷாக வந்தாள். படு கேஷுவல் ஆடை. ரம்யா சோர்ந்து போய்ப் படுத்திருந்தாள்.

“ரம்யா” என்றாள் முதுகில் தட்டி. ரம்யா திடுக்கிட்டு எழுந்தாள்.

“எப்படி உன்னால தூங்க முடியுது... இத்தனை கொலைகளைப் பண்ணிட்டு?”

கண்களைக் கசக்கிக்கொண்டு ‘விடிந்து விட்டதா’ என ஜன்னலைப் பார்த்தாள். தார் பூசிய இருட்டு. “நான் எதுவும் பண்ணலை மேடம்.”

“நீ உண்மையச் சொல்ல மாட்டே... கரன்ட் ஷாக் கொடுத்துதான் வெளிய கொண்டாரணும்.”

“என்னை விட்டுடுங்க மேடம். எனக்கு எதுவும் தெரியாது.”

“இதப்பார்... நீ சொல்றத கேட்டுட்டுப் போறதுக்காக இந்தப் பாதி ராத்திரியில இங்க வர்ல. கொலை நடந்த எல்லா இடங்கள்லயும் நீ இருந்திருக்குறே. அதைப் பார்த்த சாட்சி இருக்கு. உன் ஃப்ரெண்டை அந்த ஆசிரமத்துல வெச்சு நாலு பேர் ரேப் பண்ணிட்டானுங்க. அதுக்காகத் தான் நீ பழி வாங்கினே... இதுதான் நாங்க சொல்ற கதை. நடுவுல அந்த சயின்டிஸ்ட்டை எதுக்குடீ கொன்னே? அந்த ஆளும் ஆசிரமத்துக்கு வந்தானா? அது வேற பஞ்சாயத்தா?”

“அந்த சயின்டிஸ்ட்டை எனக்குத் தெரியாது மேடம்.”

“அங்கயும் நீ கொலை பண்ணினதுக்கு ஆதாரம் இருக்குடீ... நேர்ல பார்த்த சாட்சி இருக்கு.”

“என்னை மாதிரியே வேற யாரோ இருக்காங்க... அவங்கதான் இதுக்கெல்லாம் காரணம்.”

“நல்லா இருக்குடி... ஊழல் பண்ற எல்லா அரசியல்வாதிகளுக்கும் இந்த டெக்னிக்கைச் சொல்லிடலாம். ‘என்னை மாதிரியே வேற ஒருத்தன் இருக்கான்’னு. டபுள் ஆக்ட் படம்னு டகுள் உட்றியா? த பார்... சீவிடுவேன். சரிப்பட்டு வராதவ கதைய எப்படி முடிச்சிருக்கேன்னு தெரிஞ்சுக்கோ. பாத்ரூம்ல கரன்ட்ல ஷாக் அடிச்சுச் செத்துட்டாள்னு கதைய முடிச்சுடுவேன்.”

ராஜேஸ்வரி பேசிக்கொண்டிருக்கும்போது ரம்யா ஜன்னல் வழியாக மிரண்டுபோய்ப் பார்த்தாள். “அங்க பாருங்க மேடம்.”

பார்த்துவிட்டு, “என்னது?” என்றாள்.

“என்னை மாதிரியே ஒருத்தி நின்னுக்கிட்டு இருந்தா மேடம்.”

“என்னடீ பேச்சைத் திருப்புற? நாளைக்கு நான் வரமாட்டேன். நாலு ஆம்பளைங்க வருவாங்க. அவனுங்க எப்படி விசாரிப்பானுங்கன்னு

எனக்குத் தெரியாது. எவ்வளவு சீக்கிரம் உண்மையக் கக்குறீயோ அவ்வளவு நல்லது. வர்ட்டா."

ராஜேஸ்வரி போய்விட்டாள். அவளுடைய மிரட்டலை ஜன்னலில் தோன்றிய உருவம் கலைத்துப்போட்டுவிட்டது.

ரம்யா ஜன்னலையே பார்த்துக்கொண்டிருந்தாள். யார் அவள்? என்னை மாதிரியே இருக்கிறாளே... எல்லோரும் சொன்ன 'அது' இதுதானா? இவ்வளவு காவலை மீறி எப்படி வந்தாள்? ரம்யா ஜன்னலை நெருங்கிச் சென்று பார்த்தாள். ஓர் உருவம் அந்த இடத்தைவிட்டு நிதானமாகக் கடந்து போனது. அது இருட்டின் ஆழத்தில் கலந்து மெல்ல மறைந்தது.

17

முத்துராஜாவின் திறமை அபாரம். ரம்யாவும் வினோத்தும் இல்லாத இந்த ஒரு வாரத்திலும் இலக்கை எட்டியிருந்தார். சொல்லப்போனால், தலைமை இல்லாத காரணத்தால் ஏற்பட்ட தற்காலிகப் பொறுப்பு உணர்வினால் மிகச் சிறப்பாகவே அனிமேஷன் வேலைகள் நிகழ்ந்திருந்தன. பொன்னியின் செல்வனைப் படமாக எடுக்க எம்.ஜி.ஆர் முதல் கமல்ஹாசன் வரை பலரும் முயற்சி செய்தும் சாத்தியமாகாத வெற்றிடத்தை இந்த முப்பரிமாண உலகம் சாத்தியமாக்கியிருந்தது.

கிட்டத்தட்ட 22 அத்தியாயங்கள் வரை நெருங்கிவிட்டார்கள். வீரபாண்டியனை ஆதித்த கரிகாலன் வெட்டி வீழ்த்தும் காட்சியைப் படுகொடூரமாகச் செய்திருந்தார்கள். அந்தக் காட்சியை மட்டும் வினோத் நீக்கிவிட்டான். ஆதித்த கரிகாலன் கோபமாகக் கத்தியை ஓங்குவதுடன் நிறுத்தினான். பெரும்பாலும் குழந்தைகளும் இளைஞர்களுமே இந்த விளையாட்டில் ஆர்வம் செலுத்துவார்கள் என்பதால், கேமில் வன்மம் வேண்டாம் எனப் பொதுவாகச் சொல்லி வைத்தான். இடையிடையே சில கொசுறு வேலைகள் பாக்கி. படமாக ஓடிக் கொண்டிருந்த வீடியோவில், விளையாட்டுக்கான சில திருப்பங்கள் தேவையாக இருந்தன. கேம் ஆப்ஷன்கள் துரிதமாக இல்லை. அதைத்தான் வினோத் இரவும் பகலுமாக உட்கார்ந்து சரி செய்தான்.

டெல்லி போய்வந்த விஷயம் அத்தனை உவப்பாக இல்லை. கண் முன்னாடியே ரம்யா மூழ்கிக்கொண்டிருப்பது கவலையாக

இருந்தது. முத்துராஜாவும் 'இனி விவகாரம் நம் கையில் இல்லை' என விலகிக்கொண்டார். "நம்மால் முடிந்ததெல்லாம் சிறைக்குச் சென்று ஒருமுறை பார்த்துவிட்டு வருவதுதான்" என மீட்டிங்கில் சொன்னார். சிறைக்குச் சென்று பார்க்கக்கூட ஆர்வம் காட்டாதவர்களும் ஆபீஸில் இருந்தனர். வினோத் மட்டும்தான் இன்னமும் காதலின் விசையால் செயல்பட்டுக்கொண்டிருந்தான்.

வீட்டுக்குக் கிளம்பியபோது, ராமநாதனை மேற்கு மாம்பலம் அயோத்தியா மண்டபம் அருகே வரச் சொல்லியிருந்தான். ரம்யாவின் பெற்றோர் சென்னையில் அந்தப் பகுதியில் தங்கியிருக்கும் தகவலை ராமநாதன் காலையிலேயே சொன்னான். சாயங்காலம் போய்ப் பார்க்கலாம் என முடிவெடுத்திருந்தனர். ரம்யாவுக்காக வாதாடும் வக்கீல் என்பதால், அவர்களாகவே ராமநாதனிடம் பேசியுள்ளனர். ஏற்கெனவே அந்த வீட்டுக்கு வந்திருந்தாலும், ராமநாதன் குத்துமதிப்பாகத்தான் அந்த வீட்டைக் கண்டுபிடித்தான். அவர்களுக்குத் தெரிந்த யாரோ இருப்பதால் மேற்கு மாம்பலம் பகுதியில் வீடெடுத்ததாகவும் பெங்களூருவில் அவர்கள் வீடு விசாலமானது எனவும் கூடுதல் விளக்கம் கொடுத்தனர். சில நாள்கள் இருப்பதற்கான சொற்பப் பொருள்கள் மட்டும் இருந்தன. இரண்டு பிளாஸ்டிக் சேர்கள்தான். ரம்யாவின் பெற்றோர் தரையில் பாய் விரித்து உட்கார்ந்து கொண்டனர். மகள் பேரில் இருக்கும் ஒவ்வொரு புகாருக்கும் அதிர்ந்தனர். "அவகிட்ட ஒரு செத்துப்போன எறும்பைக் கொடுத்தாகூட மிதிக்க மாட்டா" என எதார்த்தமாக கவிதை சொன்னார் ரம்யாவின் அம்மா. டெல்லியில் அசிஸ்டென்ட் கமிஷனர் சுரேந்தர் சிங்கிடம் இதே உவமையைச் சொன்னதை வினோத் நினைத்துப் பார்த்தான். செத்த எறும்பு என்பது மேலும் உயர்த்திக்காட்டியது.

ராமநாதனைவிட்டே அவர்களிடம் சில கேள்விகளைக் கேட்க வைத்தான். 'இரட்டைக் குழந்தை எல்லாம் இல்லை' எனச் சொல்லிவிட்டார்கள். "இரட்டைக் குழந்தையாக இருந்தால் உங்கள் ரம்யா தப்பிக்க ஒரு வழி இருக்கிறது" என்றும் ராமநாதன் சொல்லிப் பார்த்தான். "அப்படி ஒண்ணு பொறந்திருந்து சின்ன வயசுலயே காணாமப் போயிருந்தா நல்லா இருந்திருக்குமா?" என அப்பாவியாகக் கேட்டார்கள்.

கண்களைச் சுற்றிக் கறுப்பு நிழல் படிந்த, பூசலான அம்மா. கொஞ்சம் குட்டையாகக் கட்டையாகத் தெரிந்தார். அப்பா ஒல்லி. வெள்ளை கோட் போட்டால் டாக்டர் வேடத்தில் நடிக்கலாம்.

வெகு நேரம் பேசியதில் ரம்யா பிறந்தது, பெங்களூரு சில்க் சிட்டி அருகே சாருலதா நர்சிங் ஹோம் என்பது தெரிந்தது. பிறந்த தேதியையும் கேட்டான். "என்ன செய்யப் போகிறீர்கள்" என்றார்

அப்பா. "கன்ஃபர்ம் பண்ணிக்கிறோம்" என்று மட்டும் சொன்னான்.

ராமநாதன் தன் பெங்களூரு நிருப நண்பர் ராஜ்மோகனிடம் சொல்லி, அந்த மருத்துவமனையில் 1992, டிசம்பர் 24-ம் தேதியில் பிறந்த குழந்தைகளின் விவரங்களை வாங்கித்தர முடியுமா எனக் கேட்டான்.

ரவு 11 மணி விசாரணைகளுக்கு நல்ல பலன் இருந்தது. ரம்யா மெல்ல மெல்ல ராஜேஸ்வரிக்குக் கட்டுப்பட்டுக்கொண்டிருந்தாள். தன் வாழ்க்கை இனி இவர்கள் வகுத்தபடிதான் நடக்கும் என்ற முடிவுக்கு மாறியிருந்தாள். சர்க்கஸ் யானை, ஒரு கட்டத்தில் மூன்று காட்சிகளிலும் பேன்ட் சட்டை போட்டு, மூன்று சக்கர சைக்கிள் ஓட்டப் பழகிக்கொள்வதுபோல. அவர்கள் வாழச் சொல்கிற வாழ்க்கையை வாழ்ந்துவிடச் சம்மதித்தாள். கட்டை கட்டையாக நான்கு கான்ஸ்டபிளை அழைத்துப் போய் நிறுத்தி, "இன்னிக்கு நைட் இவங்க நாலு பேரும் இங்கதான் இருக்கப் போறாங்க... உண்மையை ஒப்புக்கிட்டா நல்லது. உன்னை வெளிய கொண்டாறதுக்கு நானே ஹெல்ப் பண்ணுவேன். இந்த வாரம் எங்களுக்குத் தேவை ஒரு கொலைகாரி. எங்க தலைவலி முடிஞ்சிடும். அப்புறம் நீ உள்ளே இருந்தா எங்களுக்கு என்ன? ரிலீஸ் ஆனா எங்களுக்கு என்ன?" ராஜேஸ்வரி சாமர்த்தியமாகப் பேசினாள்.

ரம்யா அந்த நான்கு பேரையும் பார்த்தாள். தயார் நிலையில் இருந்தனர்.

"என்னைத் துன்புறுத்தினா உண்மை வெளிய வரும்னு நினைக்கிறீங்க... என்கிட்ட இருக்கிற உண்மையே அவ்வளவுதான் மேடம்."

"அப்ப பொய் சொல்லு. 'நான்தான் கொன்னேன்'னு சொல்லு."

"இவங்களை அனுப்பிடுங்க மேடம். நீங்க சொல்றபடி கேட்கிறேன்."

ராஜேஸ்வரி தீர்க்கமாகப் பார்த்தாள். "நீங்க போங்கப்பா." போய்விட்டார்கள். "சொல்லு."

"நான் ஒரு வீடியோ கேம் செஞ்சேன். நாட்டுல நடக்கிற அக்கிரமங்களை ஒரு பொண்ணு தட்டிக்கேட்கிற மாதிரி. ஆனா, அந்த வீடியோவுல அவ யாரையெல்லாம் தீர்த்துக்கட்டுறாளோ... அவங்க நிஜத்திலயும் கொல்லப்பட்டாங்க."

"குட்...?"

"அது எப்படினு எனக்குத் தெரியலை மேடம்... அதை நீங்க சொன்னீங்கன்னா நான் அப்படியே கோர்ட்ல சொல்லிடறேன்."

“உங்க வக்கீல் வந்தா மாற மாட்டீயே?”

“சத்தியமா மாற மாட்டேன். இப்போ போலீஸை நம்பறதுதான் ஒரே வழின்னு தெரியுது.”

ராஜேஸ்வரி யோசித்தாள்... ‘அவளுக்கே தெரியாமல் சைக்கோ கில்லர்போலக் கொன்றாள் என முடிப்பதா, கேம் என்ற பெயரில் ட்ரையல் பார்த்துவிட்டு, அவளேதான் கொன்றாள் என முடிப்பதா?’ பிறகு சொன்னாள்... “நீ இப்பச் சொன்னியே, அதை மட்டும் சொல்லு. மீதியை நாங்க செட் அப் பண்ணுவோம்.”

ராஜேஸ்வரி நல்லதுக்காகத்தான் சொல்கிறாள் என்பதாக ரம்யா தலையசைத்தாள்.

இனி போலீஸ் எழுத வேண்டிய திரைக்கதைதான் பாக்கி. ஒரு கமிட்டி உருவாகியிருந்தது. டெல்லி, கர்நாடக போலீஸ் தரப்பில் கிடைத்திருக்கிற தகவல்களை வைத்து உண்மையைக் கண்டுபிடிக்க வேண்டும்... அல்லது கேஸை முடிக்க வேண்டும். ராஜேஸ்வரி இப்போதைக்கு கேஸை முடிக்க விரும்பினாள். அந்தரத்தில் தொங்கிக் கொண்டிருக்கும் இந்த மாதிரி விவகாரங்களை ஒருவழியாக முடித்துக்காட்ட வேண்டும். மினிஸ்டர், டாக்டர், பிசினஸ்மேன் தரப்புகளில் தனித்தனியாக வக்கீல் வைத்து நச்சரிக்க ஆரம்பித்திருந்தனர். ‘ரம்யாதான் கொலைகாரி... அவளுக்குத் தண்டனை வாங்கித்தர வேண்டும்’ என்பதுதான் அவர்களின் நோக்கமாக இருந்தது. இப்போதைக்கு அந்தத் தலைவலி முடிவுக்கு வந்துவிடும்.

ராஜேஸ்வரிக்கு ‘அப்பாடா’ என இருந்தது. ரம்யா வழிக்கு வந்துவிட்டது நிம்மதியாக இருந்தது.

வீடு திரும்பி காம்பவுண்டுக்குள் காரை நிறுத்திவிட்டு, லிஃப்ட்டுக்காகக் காத்திருந்தபோது, யாரோ காருக்குப் பின்னால் நின்றபடி தன்னைப் பார்ப்பதுபோல உணர்ந்தாள். லேசாகத் தலையைத் திருப்பி, ஓரக்கண்ணால் பார்த்தாள். ஒரு பெண். இருட்டில் அவ்வளவு சரியாகத் தெரியவில்லை. காரிடார் லைட்டைத் தட்டிவிட்டுப் பார்த்தாள். அந்தப் பெண் அங்கேயே நின்றிருந்தாள். ஊன்றி கவனித்தபோது ராஜேஸ்வரிக்கு அதிர்ச்சி. போலீஸ் உதாரில், “ஏய்?” என்றாள். செக்யூரிட்டி ஓடிவந்து, “என்னம்மா” என்றார். அறுபதுக்குச் சமீபமான வயது அவருக்கு.

“அங்க ஒரு பொண்ணு நிக்கிறா பாரு. அவளைப் பிடி.”

“எங்கம்மா?”

“காருக்குப் பின்னாடி.”

செக்யூரிட்டி ஓடிப் போய்ப் பார்த்துவிட்டு, “யாரும்

இல்லையேம்மா” என்றார்.

ராஜேஸ்வரி யோசனையுடன் கமிஷனர் ஆபீஸுக்குப் போன் போட்டு, “அங்கே ரம்யா இருக்கிறாளா?” என விசாரித்தாள்.

லிஃப்ட் ஏறி இரண்டாவது மாடியில் வந்து இறங்கினாள். போன் வந்தது. “இருக்கா மேடம். தூங்குறா.”

“அவகிட்ட போனைக் குடு.”

“என்ன மேடம்?” என்றாள் ரம்யா. ஜன்னல் வழியாகக் கீழே பார்த்தாள் ராஜேஸ்வரி... கார் அருகே ரம்யா நின்றுகொண்டிருந்தாள். ராஜேஸ்வரி அதிர்ந்துபோய், கமிஷனருக்கு போன் போட்டாள். “சார், என் வீட்டுக்கு ரம்யா மாதிரியே ஒருத்தி வந்திருக்கா. இவதான் கொலைகாரியா இருப்பாள்னு சந்தேகமா இருக்கு. ஒரிஜினல் ரம்யா நம்ம கஸ்டடியில இருக்கா.”

“நான் உடனே பந்தோபஸ்துக்குச் சொல்றேன். நீங்க சேஃப்டியா இருங்க...”

“சீக்கிரம் சார்.”

கதவைச் சாத்திவிட்டு, ஃப்ரிட்ஜைத் திறந்து தண்ணீர் எடுத்துக் குடித்தாள். இவ்வளவு நாளும் எல்லோரும் சொல்லிக்கொண்டிருந்த உண்மை எலும்பு வரை உறைத்தது. 12 மணி ராத்திரியில் தெரியாத எண்ணிலிருந்து போன் அடித்தது.

“நான் சுரேந்தர் சிங்... அசிஸ்டென்ட் கமிஷனர். டெல்லி.” நிதானமான ஆங்கிலத்தில் அறிமுகம் செய்துகொண்டார். “இப்பத்தான் சென்னை சிட்டி கமிஷனர்கிட்ட பேசினேன். நீங்கள் இப்போது இன்னொரு ரம்யாவைப் பார்த்ததாகச் சொன்னார். ரம்யாபோல இன்னொரு பெண் இருப்பது உறுதியாகிக்கொண்டு வருகிறது. நீங்கள் ஜாக்கிரதையாக இருங்கள்.”

“ஓகே. சார்... தாங்க் யூ.”

தண்ணீர் பாட்டிலை வைத்துவிட்டு ஃபிரிட்ஜைச் சாத்திவிட்டு ராஜேஸ்வரி நிமிர்ந்தபோது, எதிரே ரம்யா நின்றிருந்தாள்.

“ஏய்... யார் நீ? எப்படி உள்ளே வந்தே?”

“நான் ரம்யாவாக இருக்கிறேன்” என்றாள் அவள்.

18

பெயருக்கு ஏற்றபடி வீடு போலத்தான் இருந்தது அந்த நர்சிங் ஹோம். சுமார் 60 ஆண்டு அடையாளங்கள் தெரிந்தன. இன்றைய கருத்தரிப்பு ஸ்பெஷலிஸ்ட், சிசேரியன் ஸ்பெஷலிஸ்ட் போன்ற ஆடம்பரங்களற்ற எளிய கட்டடம். வீட்டைச் சுற்றி மரங்கள் அடர்ந்திருந்தன. ராஜ்மோகன், ஒரு டாக்டர் நண்பருடன் வந்து விஷயத்தைச் சொல்லிவிட்டுக் காத்திருந்தான். சில அம்மாக்கள் வயிற்றில் குழந்தைகளுடன் டாக்டருக்குக் காத்திருந்தனர். 'சாருலதா என்பவர் உருவாக்கிய நர்சிங் ஹோம். அவர் இருந்தவரை, அவர்தான் பிரசவம் பார்த்திருக்கிறார். அவரின் ஒரே பையன் இப்போது நிர்வாகத்தைக் கவனிக்கிறார். இப்போது இருப்பவர்கள் சம்பள டாக்டர்கள்...' போன்ற விவரங்களை ராஜ்மோகன் கூட்டிவந்த டாக்டர் சொன்னார். இப்போது பணியாற்றும் டாக்டரின் நண்பர் அவர். நட்புரீதியாகப் பேசி உதவிசெய்யும்படி கேட்டுக்கொண்டார்.

25 வருஷ விவகாரம் என்பதால், அப்போது பிரசவம் பார்த்த டாக்டர் இப்போது இல்லை என முதல் வரியிலேயே ஆர்வம் இல்லாமல் பதில் சொன்னான் மருத்துவமனை அக்கவுன்டன்ட். "டாக்டர் தேவையில்லை சார்."

"அந்த பில் புக்... அந்த லெட்ஜர் எதுவும் இப்பத் தேவைப்படாதுன்னு உள்ள தூக்கிப் போட்டு வெச்சிருக்காங்க." இதுவும் ஆர்வம் இல்லாத பதில்தான். ஆனால், அந்த லெட்ஜர்கள் இருக்கும் இடம் தெரிந்துவிட்டது.

25 வயதுக்குள்ளே இருந்தான் அக்கவுன்டன்ட். "லெட்ஜர் எல்லாம் இங்கேதான் இருக்கின்றன" எனத் தன் இருக்கைக்குப்

பின்னாலிருந்த தூசுபடிந்த ஓர் அறையை பால்பாயின்ட் பேனா முனையால் காட்டினான்.

அவர்களின் சிரமத்தைக் குறைப்பதாக, "அந்த வருஷத்து லெட்ஜர் மட்டும் கொடுங்க. நான் பாத்துக்குறேன்" என்றான் ராஜ்மோகன்.

இருந்தஇடத்தைவிட்டுஎழுந்திருக்காமல், "வருஷம்போட்டிருக்கும். பாத்துக்கங்க" என அந்த அறையின் சாவியை மட்டும் தனியே எடுத்துப் போட்டான். தடி தடியான நோட்டுகள்... முதுகில் வருஷம் ஒட்டப்பட்டிருந்தது. 1992-க்கான நோட்டைத் தேடி எடுத்து மெதுவாகப் புரட்டியதில் சராசரியாக வாரத்துக்கு ஒரு குழந்தை வீதம் குழந்தைகள் பிறந்திருப்பதைப் புரிந்துகொள்ள முடிந்தது. இப்போதுபோலவே அப்போதும் நிதானமாகச் செயல்பட்டது தெரிந்தது. டிசம்பர் 24-ம் தேதி பக்கத்தைப் புரட்டியபோது... அந்தப் பக்கம் கிழிக்கப்பட்டிருந்தது. அன்று யார் அட்மிட் ஆனார்கள்... அவர்களுக்குப் பிறந்த குழந்தை விவரம்... எதுவுமே இல்லை.

ராஜ்மோகன் பதற்றத்துடன், "அந்தப் பக்கத்தையே காணோமே?" என்றான் அக்கவுன்டன்ட் இளைஞனிடம்.

"இந்த வம்பெல்லாம் வேணாம்னுதான் நான் யாரையும் உள்ள வுட்றதில்ல. போதும் சார்... நீங்க கிளம்புங்க" என்றான்.

"வேற யாராவது இப்படித் தேடி வந்தாங்களா?"

"அந்தப் பக்கம் யாருமே போக மாட்டோம். எப்பவாவது பெருக்கிச் சுத்தம் பண்றவங்கதான் போவாங்க."

"அது யாரு?"

"அவன் ரெண்டு நாளா வர்ல. எதுக்கு சார் வம்பு? இதோட விட்டுடுங்க."

ராஜ்மோகன் வெறுப்புடன் வெளியே வந்து, ராமநாதனுக்கு போன்போட்டு விஷயத்தைச் சொன்னான்.

மிழக டி.ஜி.பி சண்முகநாதன் தலைமையில், டெல்லி ஏ.சி சுரேந்தர் சிங், பெங்களூரு ஏ.சி உன்னி மேனன் இருவரும் அடுத்தகட்ட நடவடிக்கையில் தீவிரமாக இருந்தனர். டேபிளுக்கு எதிரே ஏராளமான ஏ.சி-க்கள், இன்ஸ்பெக்டர்கள் சவாலை எதிர்கொள்ளும் மனநிலையில் சற்றே சோகத்துடன் அமர்ந்திருந்தனர். சோகத்துக்குக் காரணம் ராஜேஸ்வரியின் அகோர மரணம். நிமோஷ், டாக்டர் குமரேசன், ஆசிரம சாமியார், சயின்டிஸ்ட் சுசீந்திரன், ஜஸ்டின், அமைச்சர் சுப்ரமணி ஆகியோரைத் தொடர்ந்து அதே பாணியில் செத்துக்கிடந்தார் ராஜேஸ்வரி. ரத்தம் கொப்பளித்த நிலையில் இறந்திருந்தார்.

"என்கிட்ட கடைசியா பேசினாங்க... ரம்யா அங்க நிற்கிறதா

சொன்னாங்க... நான் ஜாக்கிரதையா இருக்கச் சொன்னேன்" என்ற சுரேந்தர் சிங் கைக்கெட்டும் தூரத்தில் ஆட்டம் காட்டும் பெண்ணை நினைத்துப்பார்த்தார்.

"என் கிட்டயும் பேசினாங்க. அதற்கப்புறம் நான் பந்தோபஸ்துக்கு ஆள் அனுப்பினேன். பத்திரமா இருக்கச் சொன்னேன். காவலுக்குப் போனவங்க பார்த்துட்டு, ராஜேஸ்வரி இறந்து கிடக்கிற விஷயத்தைச் சொன்னாங்க" என்றார் சிட்டி கமிஷனர் ராம்சிங்.

"விஷயம் ரொம்ப கிரிட்டிக்கல். மூணு ஸ்டேட் சம்பந்தப்பட்டது."

"இல்லை மேனன். இது சர்வதேச விவகாரம். விஞ்ஞானியின் மரணம், ஜெனீவா வரைக்கும் போயிருக்கிறது."

"ஆமாம்."

"நாம் வழக்கைத் திசைதிருப்ப ஓர் அப்பாவியைப் பிடித்து வைத்திருப்பதாகச் சமூக வலைதளங்களில் கிண்டலடிக்கிறார்கள், மிஸ்டர் ராம்சிங்."

"சிறையில் அந்தப் பெண் இருக்கும்போதும் கொலைகள் நடப்பது குறித்து நீதிபதியும் கேள்வி எழுப்பியிருக்கிறார். அந்தப் பெண்ணை பெயிலில் எடுப்பதற்கு இனி தடையிருக்காது."

"அதைத்தான் எதிர்பார்த்தேன். அதன் பிறகுதான் அந்தப் பெண்ணைக் கவனமாகக் கண்காணிக்க வேண்டும்" என்றார் சுரேந்தர் சிங்.

"ஏன்?" என்றார் மேனன்.

"அவளைப்போலவே இன்னொரு பெண் இருப்பதாகப் பல்வேறு குழப்பங்கள் ஓடின. இப்போது அதற்கு விடை கிடைத்துவிட்டது. அந்தப் பெண் இரட்டைப்பிறவி." சுரேந்தர் சிங் சொல்லிவிட்டு நிறுத்தினார். அனைவரும் அவரையே ஆச்சர்யமாகப் பார்த்துக் கொண்டிருந்தனர்.

"அவளின் பெற்றோரிடம் விசாரித்தோம். அவர்களுக்கு இரட்டைக் குழந்தைகள் இல்லை என்றார்களே?"

"ஆமாம். அது அவளுடைய பெற்றோருக்கும் தெரியாது என்பதுதான் உண்மை."

"என்னது... அவளுடைய பெற்றோருக்கே தெரியாதா?"

சுரேந்தர் சிங் ஒரு ஃபைலை எடுத்து அவர்களின் பார்வைக்கு வைத்தார். பழுப்பேறிய பழைய காகிதம். சாருலதா நர்சிங் ஹோம் என பிரின்ட் செய்யப்பட்ட ஒரு தாளில் சில விவரங்கள் இருந்தன.

24.12.92 எனத் தேதியிட்ட தாள். ஊன்றிப் படித்ததில் அன்று இரண்டு பிரசவங்கள் பதிவாகியிருந்ததைக் கவனிக்க முடிந்தது.

“பாருங்கள். அவள் பிறந்த நர்சிங் ஹோமுக்குச் சென்று விசாரித்தோம். அந்த நர்சிங் ஹோம் முதலாளி சரியாக ஒத்துழைக்க வில்லை. நர்சிங் ஹோமில் பணம் கட்டிய ரசீதை மட்டும் கொடுத்து, இதுதான் எங்களிடம் இருக்கிறது என மழுப்பினார்கள். அங்கு பணியாற்றும் ஒரு சாதாரணப் பணியாளை வைத்து அந்தப் பெண் பிறந்த அந்த நாளின் ரெக்கார்டுகளை அப்படியே கிழித்து எடுத்துவரச் செய்தோம்.”

“ஓ!”

“கவனித்தீர்களா? அன்று அந்த ஹாஸ்பிடலில் இரண்டு பேருக்குப் பிரசவம். ரம்யாவின் அம்மாவுக்குப் பிறந்து இறந்தது ஓர் ஆண் குழந்தை.”

“அப்படியா?” என்றார் மேனன்.

“ஆமாம். அதே நாளில் இன்னொரு பெண்மணிக்கு இரட்டைக் குழந்தைகள் பிறந்தன. இரண்டும் பெண் குழந்தைகள்.”

“புரிகிறது” என்றார் டி.ஜி.பி.

“எனக்குப் புரியவில்லை.” மேனன் ஆர்வமாக நெருங்கி வந்தார்.

“ஒரு முன்கதை இருக்கிறது. இரட்டைக் குழந்தைப் பெண்மணிக்கு, அதற்குமுன் நான்கு குழந்தைகள். அத்தனையும் பெண்கள். அடுத்து ஆண் குழந்தை பிறக்கவில்லை என்றால் அவள் கணவன் வேறு ஒரு திருமணம் செய்துகொள்ளத் தயாராகியிருந்தான். அந்த நேரத்தில் இரட்டைக் குழந்தையும் பெண்... டாக்டரிடம் கண்ணீர்விட்டுக் கதறியிருக்கிறாள் அந்தப் பெண்.”

“ஓ!”

“அந்தப் பெண்ணுக்குப் பரிதாபப்பட்டுச் சிறிய மாற்றம் செய்தார்.”

மேனன், “புரிந்தது... ரம்யாவுடன் பிறந்த இன்னொரு பெண் குழந்தை எங்கே?” என்றார்.

“எனக்கு இவ்வளவு தகவல்களையும் சொன்னவர் அங்கு வேலை பார்த்த ஒரு நர்ஸ். இப்போது 70 வயது. இதற்குமேல் அவருக்குத் தகவல் எதுவும் தெரியவில்லை. குழந்தை இல்லாத யாருக்கோ அந்த இன்னொரு குழந்தையைக் கொடுத்து விட்டதாகச் சொன்னார். இவை அடுக்கடுக்கான குற்றங்கள். ஆனால், ஒரு வகையில் மனிதாபிமானம். இறந்துபோன ஆண் குழந்தையுடன் அந்தக் கணவன் சந்தோஷமாகப் போய்விட்டான். தன் குழந்தை இறந்துபோனது தெரியாமல் சந்தோஷமாக ரம்யாவுடன் இன்னொரு குடும்பம் புறப்பட்டது. அந்த மருத்துவமனை மீது நடவடிக்கை தேவையா என்பதை நீங்கள் முடிவு செய்யுங்கள் மேனன். இப்போது நம் தலைவலி, ரம்யாவுடன் பிறந்த அந்த இன்னொரு பெண் எங்கே என்பதுதான்.”

“அவளைப் பற்றி எதுவும் தெரியவில்லையா?”

“தெரியவில்லை... ஆனால், அவள்தான் இவ்வளவையும் செய்கிறாள் என்பது மட்டும் தெரிகிறது.” சிங் தாடியைத் தடவினார்.

“பிறந்ததுமே பிரிக்கப்பட்ட அந்தப் பெண்ணுக்கு, தனக்கு இப்படி ஒரு சகோதரி இருப்பது எப்படித் தெரிந்தது மிஸ்டர் சிங்?” தனக்குத் தானே விளக்கம் பெறுவதுபோலக் கேட்டார் டி.ஜி.பி சண்முகநாதன்.

“இப்படித் தனித்தனியாக இருந்த இரட்டைப் பிறவிகளின் எண்ணங்களை இணைக்கிற ஏதோ விபரீதம் நிகழ்ந்திருக்கிறது. ஒருத்தியின் கோபம் இன்னொருத்திக்குக் கடத்தப்பட்டுப் பழி தீர்க்கப்படுகிறது.”

“சயின்ஸ் கதை மாதிரி இருக்கிறதே?”

“சயின்ஸ் கதை இல்லை... கொல்லப்பட்ட சயின்டிஸ்ட் எழுதிவிட்டுப்போன சந்தேகம்.”

“இரட்டைப் பிறவி பற்றியா?”

“குறிப்பாக, இரட்டைப் பிறவி பற்றிச் சொல்லவில்லை. மனித சமூகத்தில் ஏதோ குழப்பம் நடக்கும் என எழுதியிருக்கிறார்.”

“ஆனால், ரம்யா சாந்தமான பெண். அவளுடைய ஆத்திரங்களை இன்னொருத்தி பழிவாங்குகிறாள் என்பது..?”

“அவளுக்குள் சப்கான்ஷியஸில் அமிழ்ந்திருந்த ஆத்திரம்தான் அந்த வீடியோ கேம். அவளால் கிராஃபிக்ஸ் மூலம்தான் பழிவாங்க முடிந்தது. இன்னொரு ரம்யா வந்து நிஜமாக்கியிருக்கிறாள்.”

“இது பேசுவதற்குச் சுவாரஸ்யமாக இருக்கிறது... கோர்ட் ஏற்றுக்கொள்ளாது” என்றார் டி.ஜி.பி.

சுரேந்தர் சிங், “சயின்டிஸ்ட் இறந்தது ஏன் என லிங்க் செய்து பாருங்கள். அவர்தான் இந்த விஞ்ஞான விபரீதத்தைச் சொல்லி எச்சரித்தவர். அது வெளியில் வருவதற்குமுன் கொல்லப்பட்டார். அவருடைய எச்சரிக்கையை விரும்பாதவர் வேறு யாராக இருக்க முடியும்... அந்த இன்னொரு ரம்யாவைத் தவிர?” என்றார்.

“அதிர்ச்சியாகவும் நம்ப முடியாமலும் இருக்கிறது.” சண்முகநாதன் சோர்ந்துபோனார்.

“கடவுள் துகள் ஆராய்ச்சியால் ஏதோ விபரீதம் இது” சுரேந்தர் சிங் சொன்னார்.

“இந்த லட்சணத்தில் நியூட்ரினோ ஆராய்ச்சியைத் தொடங்கப் போவதாகச் சொல்கிறார்களே?” நிஜமாகவே வருத்தப்பட்டார் சண்முகநாதன்.

19

அதிகார மையம் அடுத்தவர் படும் துன்பத்தைப் பற்றிக் கவலைப் படுவதில்லை. 'டூப்ளிகேட் ரம்யா கிடைக்கும்வரை இவள் உள்ளே இருக்கட்டும்' என சிம்பிளாக முடிவெடுத்தனர். சட்டம், காவல், அரசு எல்லாமே ஒரே நேர்க்கோட்டில் இருந்தன. ரம்யாவை விடுவிப்பதில் என்ன சிக்கல் என யாருமே கேட்கவில்லை. சட்டம்–ஒழுங்கில் சட்டம் மட்டும்தான் இருந்தது... ஒழுங்கு இல்லை. சட்டப்படி அவள் குற்றவாளி என்பதுதான் அதில் இருந்த ஒரே லாஜிக். தர்க்கங்களுக்கு நியாயங்கள் தேவைப் படுவதில்லை... அது தர்க்க நியாயம் என விளிக்கப்பட்டாலும்கூட!

ரம்யா சிறையில் இருந்தபோதும் அதே பாணியில் கொலைகள் நடப்பதைக் காரணம் காட்டி அவளை வழக்கிலிருந்து விடுவிக்கக்கோரி விண்ணப்பித்தான் ராமநாதன். "ஒரே மாதிரி இருக்கும் இரண்டு பெண்களுக்கு இந்தக் கொலையில் சம்பந்தம் இருப்பதற்கான வாய்ப்புகள் அதிகம் உள்ளது. வழக்கின் போக்கு இப்படி இருப்பதால், அந்த இன்னொரு பெண்ணையும் கைது செய்தபிறகே உண்மையை உணர முடியும்" என்று தமிழக டி.ஜி. பி சண்முகநாதன் தரப்பில் பதில் சொல்லப்பட்டது. ரம்யாவை மேலும் 15 நாள்கள் காவலில் வைக்குமாறு நீதிபதி உத்தரவிட்டார்.

சுரேந்தர் சிங், தான் விசாரித்து அறிந்த அனைத்துத் தகவல்களையும் கோர்ட்டில் சொன்னார். 'ஆதாரங்களையும் அந்தப் பெண்ணையும் நீதியின்முன் நிறுத்துவது மட்டும்தான் ஒரே விடையாக இருக்க முடியும்' என்று நீதிபதி எளிமையாகச் சொன்னார்.

கிளம்புவதற்குமுன் சுரேந்தர் சிங்கிடம் சில விஷயங்களை அவசரமாகப் பகிர்ந்து கொண்டான் வினோத். அவர் போலீஸ் அதிகாரிபோல மிடுக்காகவே பேசினாலும், ரம்யா விஷயத்தில் அவருக்கு இருக்கும் 'மென் திருப்பம்' காரணமாகக் காதுகொடுத்துக் கேட்டார். அதனால், வினோத் சில நிமிடங்கள் சுரேந்தர் சிங்கிடம் தனியாகப் பேச முடிந்தது. "எப்படியாவது காப்பாற்றிவிடு. அரசாங்கத்துக்கு அவளைக் காப்பாற்றுவதற்கான அவசியம் கொஞ்சமும் இல்லை. அவளுக்கு ஆதரவாக ஒருவரும் கையெழுத்து போடமாட்டார்கள். எதிர்த்தும் செயல்படமாட்டார்கள். ஆனால், வெளியே கொண்டுவருவதற்கு உன் சொந்த முயற்சி வேண்டும்" என்றார்.

வினோத் ராமநாதனைப் பார்த்தான். இந்த கேஸ் எங்கெங்கோ போய்க்கொண்டிருப்பது தலைசுற்றியது. "நாமும் அரசாங்கத்தின் பக்கம் போய்விடுவதுதான் நல்லது" என்றான் ராமநாதன்.

ஆழ்ந்த வருத்தமும் மௌனமும் வினோத்தை ஒரு சேர அழுத்தின. ரம்யாவும், போலீஸ் தேடும் பெண்ணும் ஒட்டிப்பிறந்த இரட்டைக் குழந்தைகளாக இருந்தால் பல விஷயங்கள் தீர்ந்துவிடும். கோர்ட்டில் மஜூம்தார் சொன்ன தலைமுடி விவகாரம். ஒரே பெண்ணின் இரண்டு தலைமுடிகளில் ஒன்றில் மட்டும் ஆல்கஹால் இருந்தது எதனால் என்பதற்கு அப்போது விடை கிடைத்துவிடும்; தொடர் கொலைகளுக்கும் விடை கிடைத்துவிடும். ரம்யாவை வெளியே கொண்டுவர முடியும்.

வினோத்துக்கு இன்னும் ஒரு வாய்ப்புதான் இருந்தது. அந்த இன்னொருவளைக் கண்டு பிடிப்பது. 25 ஆண்டுகளுக்கு முன்பு காணாமல் போனவள்.

"ராமநாதன்... அந்த பெங்களூரு ரிப்போர்ட்டரைப் பிடி."

"வினோத்... அந்தப் பையன் தொழிலுக்குப் புதுசு. ஏதாவது கம்யூனிட்டி சர்ட்டிபிகேட், டிரைவிங் லைலென்ஸ் இதெல்லாம் வாங்கித்தர முடியும்... அவ்ளோதான்."

"அவ்ளோதான் எனக்கு வேணும். நாளைக்கே நாம பெங்களூரு கிளம்புறோம். அதுக்கு முன்னாடி ஒரே ஒரு தடவை ரம்யாவைப் பார்க்க அனுமதி வாங்கு."

"காலையில் போய்ப் பார்க்கலாம். சுரேந்தர் சிங் நமக்காக அவருடைய இன்ஃப்ளூயன்ஸ்ல டைம் வாங்கித் தந்திருக்கிறார்" ராமநாதன் நம்பிக்கையுடன் சொன்னான்.

ரம்யா மேலும் வெளிறிப்போயிருந்தாள். அவளை அடைத்து வைத்திருந்த இடத்தில் சந்தித்துப் பேச சிறிய ஏற்பாடு போல

இருந்தது. அங்குமிங்கும் போலீஸ் நடமாட்டமும் இருந்தது. ரம்யா முழு நம்பிக்கையையும் தொலைத்துவிட்டு, முதலையின் வாயில் சிக்கிய முயல்போல அலட்டிக்கொள்ளாமல் இருந்தாள். மரணத்துக்குத் தயாராகிவிட்ட ஓர் உயிரினம்போல எந்தப் போராட்டத்துக்கும் இடம் கொடுக்காமல் இருந்தாள்.

"என்னோட நிஜமான பேரன்ட்ஸ் யாரு? என் கூட பொறந்தவ யாரு? அவ ஏன் இப்படியெல்லாம் பண்றா? அவளுக்கு என்னைத் தெரியுமா?" ரம்யா வரிசையாகக் கேள்விகள் கேட்டாள்.

"நீ உன் மனசுல யாரையெல்லாம் விரோதியா நினைச்சியோ, அவங்களைத்தான் அவ கொன்னிருக்கா. உன்னைத் தெரியறது மட்டுமல்ல... உன் மனசையும் தெரிஞ்சு வெச்சிருக்கா." வினோத் விளக்கமாகச் சொன்னான்.

"என்னை ஜெயில்ல தள்ளிக் கொல்றதுதான் அவ நோக்கமா? இவ்ளோ நாள் எங்க இருந்தா? ஏன் இப்படிப் பண்றா? எனக்குப் புரியலை வினோத்..." அழ ஆரம்பித்தாள்.

"ஒரே வாரத்தில நான் அவளைத் தேடிக் கண்டுபிடிக்கிறேன். நீ நம்பிக்கையா இரு."

வினோத்தின் கைகளை அழுத்தமாகப் பிடித்துக்கொண்டாள். 'கண்டுபிடிச்சுடுவியா' என்ற கேள்வியை அவள் விழிகளாலும் கேட்கவில்லை. ஆனால், அது வினோத்துக்குக் கேட்டது.

ராமநாதனின் கார் பெங்களூரு சாலைக்கு நன்றாகவே பழகியிருந்தது. ஏற்கெனவே தங்கியிருந்த அதே வீட்டில் தங்கி, காலையில் ராஜ்மோகனை அழைத்துக்கொண்டு சுற்றினர். காலை 10 மணிக்கு அரசு அலுவலகங்கள் தூக்கம் முறிக்கிற நேரத்தில் அங்கே தயாராக நின்றனர். ராஜ்மோகன் மனம்தளராத பையனாக இருந்தான். எதைக் கேட்டாலும், "முடிச்சுடலாம் சார்" என்றான். பெங்களூரில் ரம்யா பிறந்த தேதியில் பிறப்புச் சான்றிதழுக்காக சாருலதா மருத்துவமனையிலிருந்து போன விண்ணப்பங்கள் மூன்று. அதில் ஒன்று, இறந்து பிறந்த குழந்தையின் இறப்புச் சான்றிதழாகப் பதிவாகியிருந்தது. மற்ற இரண்டும் பெண் குழந்தைகள். ஒன்றுக்கு ரம்யாவின் பெற்றோர் பெயர் பதிவாகியிருந்தது. இன்னொரு குழந்தையின் பெற்றோர்... சிவராஜ் - பானுமதி. முகவரி... ஹாசன் மாவட்டத்தில் ஏதோவொரு ஹல்லி. வினோத்துக்கு ஒவ்வொரு அடியும் சிலிர்ப்பாக இருந்தது. இன்னொரு ரம்யாவை நெருங்கிக் கொண்டிருப்பதை உணர முடிந்தது.

ராமநாதன், "ஹாசன் போயிடலாமா?" என்றான், வினோத்தின் மனநிலையை உணர்ந்து.

பெங்களூரிலிருந்து ஹாசனுக்கு நிறைய பஸ்கள் இருந்தன. காரை அந்த வீட்டில் போட்டுவிட்டு இரவே பஸ் பிடித்தனர். ஐந்து மணி நேரப் பயணத்தில் காலையில் அங்கே போய்ச்சேர முடிந்தது. முகவரி தேடி அலைந்து... வெயிலில் திரிந்து... அந்த ஹல்லியில் அந்த எண்ணுள்ள விலாசத்தில் நின்றபோது, அங்கே வீட்டுக்குப் பதில் ஒரு துணிக்கடை இருந்தது. அங்கிருந்த வீடு... அதில் இருந்தவர்கள் பற்றிய விவரம் எதுவும் துணிக்கடையில் இருந்தவர்களுக்குத் தெரியவில்லை. சற்றுத் தள்ளி, சில வீடுகள் இருந்தன. பழைய வீடாகத் தோற்றமளிக்கிற வீடுகளைக் கவனித்து சிவராஜ், பானுமதி பற்றி விசாரித்தான். இவ்வளவு தூரம் வந்துவிட்டு விடை தெரியாமல் போய்விடக் கூடாது என்ற பதற்றம் வினோத்திடம் அதிகமாகிக்கொண்டிருந்தது.

நான்காவது வீட்டில் ஒரு ஐம்பது வயசு அம்மா, மறுபடி மறுபடி கேட்டபின்பு, திடீரென நினைவு வந்தவராக, "அவங்களா?" என்றார். வினோத்துக்கு அவர், கூகுள் மேப்பைவிட நம்பிக்கையானவராகத் தெரிந்தார். "அவங்க எங்க இருக்காங்க இப்ப?" காலில் விழாத குறையாகக் கேட்டான் வினோத்.

இந்த வீட்டை விற்றுவிட்டு, பக்கத்தில் இன்னொரு கிராமத்தில் குடியேறிவிட்டதைச் சொன்னார். முகவரியை அவரே சொல்ல அவகாசம் தந்து காத்திருந்தான்.

"ஊர்ப் பெயர்தான் தெரியும்."

அது இன்னொரு ஹல்லி. "கொஞ்சம் தண்ணி கொடுங்க" என ராமநாதன் சிலேடையாகக் கேட்டுத் தண்ணீர் வாங்கிக்குடித்துவிட்டு, "எப்படிப் போறது?" என்றான் வினோத்திடம்.

"ஏதாவது பஸ் இருக்கும்... கேட்டுப் போயிடலாம்."

"மனசாட்சியே இல்லையாடா?"

"இல்லை" என்றான் வினோத்.

அந்த ஹல்லி, அவர்கள் நினைத்ததுபோல கிராமம் அல்ல. சிறு நகரம். போய்ச் சேர்ந்தபோது மாலை 4 மணி ஆகிவிட்டது. பெயரை மட்டும் சொன்னால் யாருக்குமே தெரியவில்லை. "அட்ரஸ்?" என்றனர். நல்லவேளையாக தங்குவதற்கு ஒரு ஹோட்டல் இருந்தது. அங்கேயே இனிப்பாக சாம்பார் சாதம் சாப்பிட்டுவிட்டு, சிவராஜ் பானுமதி பற்றிக் கேட்டான். 'சிவராஜ்?' எனத் தலையைச் சொறிந்தபடி வானத்தைப் பார்த்தான் ரூம் பாய். "விசாரிச்சுச் சொல்றேன்" என்றான்.

எட்டு மணிக்கே நன்றாக இருட்டி விட்டது. சிகரெட் வாங்க, கீழே கடைக்கு வந்தபோது, அந்த ரூம் பாய் யாரிடமோ

பேசிக்கொண்டிருப்பது தெரிந்தது. வினோத்தைக் கடைப்பக்கம் பார்த்து இருவரும் நெருங்கி வந்தனர். சற்றே வயசான ஆள். 65 வயசு இருக்கலாம். "சிவராஜ் வேணுமா?" என்றார்.

"ஆமாம்" என்றான் வினோத்.

"எனக்குத் தெரியும். காலையில் கூட்டி வருகிறேன்" என்பதைக் கன்னடத்திலும் சைகையிலும் சொன்னான். சொல்ல வந்தது நன்றாகவே புரிந்தது.

"இப்போதே பார்க்கலாமா?" என்றான் வினோத்.

அவன் கடிகாரத்தைக் காட்டி உதட்டைப் பிதுக்கினான். 'சரி, காலையில் கூட்டி வாருங்கள்' என்று சைகையால் சொல்லிவிட்டு, அறைக்கு வந்தான். ராமநாதன் வழக்கம்போல டி.வி ரிமோட்டை மேலும் கீழும் அழுத்தி அவனுக்குப் பிடித்த ஒரு நிகழ்ச்சியைக் கண்டடைய முயன்றுகொண்டிருந்தான். ஒரு செய்தி சேனலில் 'இந்தப் பெண்ணைப் பற்றிய தகவல் தருபவர்களுக்கு 10 லட்ச ரூபாய் பரிசு' என்ற அறிவிப்புடன் ரம்யாவின் படத்தைப் போட்டுச் செய்தி ஓடிக்கொண்டிருந்தது.

20

அந்தக் கட்டுரையைக் கவனமாகப் படித்தான் கவின். 'காலத்தில் விழுந்த ஓட்டை' என்ற வாக்கியம் அவனை அதிகம் கலவரப்படுத்தியது. 'காலத்தில் ஓட்டை விழுந்தால் என்ன ஆகும்? எப்படி விழும்?' என ஹேஷ்யமான பல கட்டுரைகளை அவன் படித்திருக்கிறான். அவை எல்லாமே இப்போது நினைவுக்கு வந்தன. பேராசிரியர் சுசீந்திரன் பல இடங்களில் 'வார்ம் ஹோல்' பற்றியும் எழுதியிருந்தார். சுருக்கமாகச் சொல்வதானால், இவை எல்லாமே கொஞ்சம் டைம் மெஷினுக்கான சமாச்சாரங்கள். கால இயந்திரம் பற்றி யோசித்த பலரும் 'கால ஓட்டை' பற்றிச் சொல்லிவிட்டார்கள். டைம் மெஷின் என்றதும், அது உயிரினங்கள் வாழும் இன்னொரு கிரகத்துக்கான பயணத்துக்கான ஆசையில்தான் உருவாக்கப்படுகிறது என்பதும் எல்லோருக்குமே குத்துமதிப்பாகத் தெரியும். சுசீந்திரன் இவ்வளவு எச்சரிக்கை செய்திருப்பதன் குறிக்கோள் என்னவாக இருக்கும் என்பது சுரீரென கவினுக்கு உறைத்தது.

செர்ன் அமைப்பில் அவனால் தட்ட முடிந்த கதவுகளை எல்லாம் தட்டினான். சுசீந்திரனின் எச்சரிக்கையைச் சொன்னான். பலர் ஏற்றுக் கொண்டார்கள்... நம்பினார்கள். ஆனால், பேராசிரியர் சொன்னதைச் செயல்படுத்த யாரும் தயாராக இல்லை. வேற்றுக் கிரகங்கள் சம்பந்தமான எதுவுமே நூறு சதவிகிதம் நிரூபிக்க இயலாதவை. சென்னையில் இரட்டைப் பிறவி ரம்யா செய்த கொலைகளைப் பற்றிச் சொன்னால் அவர்களுக்குப் பெரிய ஈர்ப்பாக இல்லை. தற்செயலாக நடந்த சம்பவங்களை இணைத்து எழுதப்பட்ட

கதையோ என்று சந்தேகித்தனர். அதை வெளிப்படையாகச் சொல்ல வில்லை. அதற்குப் பதிலாக, "இதைப்பத்தி அப்புறம் பேசலாம் கவின். டச்ல இரு" என்கிற ரீதியில் விலகிச் சென்றனர்.

ரம்யா விவகாரம் அமெரிக்காவிலோ, பிரிட்டனிலோ நடந்திருந்தால் உலகத்தின் கவனத்தை எட்டியிருக்கும். இந்தியாவில் நிகழ்ந்ததால் உலக விஞ்ஞானிகள் போதிய கவனம் செலுத்தாமல் இருப்பது கவினை எரிச்சலில் ஆழ்த்தியது.

சென்னையிலிருந்து விவரிக்கப்பட்ட இரண்டு ரம்யா விவகாரம், ஒட்டுமொத்த உலகத்துக்கான அச்சுறுத்தல். கவின் உடனே இந்தியாவுக்கு விரைந்தது இதற்காகத்தான். முதலில் தீபாவைப் பார்க்க வேண்டும். அவள்தான் இந்த விஷயத்தை ஓரளவுக்குப் புரிந்துகொண்டவள். ஐ.ஐ.டி-யுடன் அவளுக்கு இருக்கும் தொடர்பு கொஞ்சம் பயனளிக்கும் என நினைத்தான். அதன்பிறகு ரம்யாவைச் சந்திக்க வேண்டும். முடிந்தால் அந்த இன்னொரு ரம்யாவை!

ட்டின் நடுவே ரம்யமாக இருந்தது டெல்லி ஐ.ஐ.டி.பசுமையும் பிரமாண்டமும் போட்டி போட்டன. இந்தியாவின் பெரும்பகுதி ஜனத்தொகை இதையெல்லாம் கனவிலும் பார்த்திருக்காது. இதன் பெயரைக்கூடக் கேள்விப்பட்டிராத மக்கள், அந்த காம்பவுண்டுக்கு வெளியே சற்றுதூரத்திலேயே இருந்தனர். இரு பக்கங்களிலும் புல்வயல்கள் சூழ்ந்த அழகான கிரவுண்டுகள். அவற்றின் நடுவே சாலை யில் காரைச் செலுத்தி, பார்ட்டிகல் பிசிக்ஸ் டிபார்ட்மென்ட் வாசலில் நிறுத்தினாள் தீபா. பார்டிகல் பிசிக்ஸ், பார்டிகல் ஆக்ஸிலரேஷன் இன் அஸ்ட்ரோ பிசிக்ஸ் என டிபார்ட்மென்ட் வாரியாகச் சில பேராசிரியர்களை அறிமுகப்படுத்தினாள்.

செர்னைவிடப் பரவாயில்லை. இவர்களுக்குச் சுசீந்திரனின் பிடிவாதம் தெரியும். அவரது ஆராய்ச்சியைத் தெரியும். "சுசீந்திரன் செர்ன் சீஃப்பாக இருந்திருக்க வேண்டியவர்" என்றார் ராகுல். பார்டிகல் பிசிக்ஸ் பேராசிரியர். சுசீந்திரனின் வயதுதான் இருக்கும். வெள்ளையாக இருந்தார். மெல்லிசாகவும், முன்பக்கமாக வளைந்தும் இருந்தார்.

நேரடியாக, "நான் உங்களுக்கு என்ன பண்ணணும்?" என்றார்.

நடந்தவற்றைச் சுருக்கமாகவும் விரைவாகவும் நேர்த்தியாகவும் கவின் சொன்னான். ஒரே ஓர் இடத்தில் மட்டும் தீபா குறுக்கிட்டு விளக்கினாள்.

"எச்சரிக்கையாக இருக்க வேண்டிய தருணம்தான்" என்றார்.

"அப்படியானால் நீங்கள் நம்புகிறீர்கள்தானே?"

எதிரே இருந்த தேக்குமர டேபிளைக் காட்டி, "இதோ இந்த டேபிள் எவ்வளவு பளபளப்பா மழமழன்னு இருக்கு... ஆனா, இதில சில நானோ மடிப்புகள் இருக்கு. எலெக்ட்ரானிக் மைக்ராஸ் கோப்ல பார்த்தா பிரமாண்டமா தெரியும்" என்றார் ராகுல்.

"யெஸ்" என்றாள் தீபா.

"காலத்தின் சமதளத்திலும் இப்படிச் சில நுண்துளைகள் இருக்கின்றன. நம்மைப் போன்ற பெரிய உருவங்கள் அவற்றில் நுழைவதற்கான சாத்தியங்கள் இல்லை. சில பார்ட்டிக்கல்கள் நுழைய முடியும். கடவுள் துகள் போன்ற மிக நுண்ணிய துகள்கள். அதைத்தான் சுசீந்திரன் எச்சரித்தார்."

"ஆனா, கடவுள் துகளின் வாழ்நாள் சில மைக்ரோ செகண்டுகள் தான்." கவின் தகவல்போல தன் சந்தேகத்தைச் சொன்னான்.

"பூமியில் அதன் வாழ்நாள் அவ்வளவுதான். ஆனால், வார்ம் ஹோலுக்குள் நுழைந்துவிட்டால் அந்தத் துகளின் வயது ஏறிவிடும். டைம் மெஷினின் சௌகர்யமே காலத்துடன் விளையாடுவதுதானே?"

"காலம் தனித்துவமானது அல்லவா? அதாவது, தனிமுதலானதுதானே?"

"தனித்துவமானதுதான்... ஆனால், காலம் ஒவ்வோர் இடத்தில் ஒவ்வொரு வேகத்தில் ஓடக்கூடியது. அதன் உச்சபட்ச வேகத்துக்கு எல்லை உண்டு. அது, ஒளியின் வேகத்துடன் சம்பந்தப்பட்டது. நொடிக்கு சுமார் மூன்று லட்சம் கிலோ மீட்டர் வேகம்... ஆனால், இடையிடையே அந்த வேகத்தில் மாறுபாடு உண்டு. காலத்தின் குறுக்கே ஹிக்ஸ் போசானும் ஓடுகிறது."

"ஓடி?"

"யூகிப்பது கடினம்... நீங்கள் சொல்கிற ரம்யா ஓர் உதாரணம். பிரபஞ்சத்தில் அந்தத் துகள் ஏற்படுத்தும் சலனம் என்னவாகவும் இருக்கலாம். பூமியில் உருவான பிரதிபலிப்பு இது... ரம்யா."

"இதை முடிந்த அளவு அறிவியல் தரப்பில் சொல்ல வேண்டுமே?"

"நான் சொன்னால் கேட்பார்களா... சுசீந்திரன் மாதிரி நினைப்பார்கள்."

"என்ன செய்யலாம் என்பதை நீங்களே சொல்லுங்கள்." கவின் பந்தை அவர் பக்கம் போட்டான்.

"அதை அவர் ரசித்தார் என்றுதான் சொல்ல வேண்டும். "அறிவியல் கழகம் மூலம் பிரதமருக்குக் கடிதம் எழுதுகிறேன்... என் பெயரைப் பார்த்துவிட்டு அவரது அலுவலகத்தில் அலட்சியம் செய்யாமல் இருக்க வேண்டும். புரிகிறதா எனக் கண்ணாடியை உயர்த்திப் பார்த்துவிட்டுச் சிரித்தார்.

லையில் முதல் வேலையாக அந்தப் பெரியவரை வரவழைத்து, அவருடன் சிவராஜ் - பானுமதி வீட்டை அடைந்தபோது, வீடு பூட்டியிருந்தது. அழைத்துவந்த பெரியவர், "ராத்திரிகூட நீங்க தேடி வந்திருக்கிறதைச் சொன்னேனே?" என்றார்.

"யாரோ, எதுக்கு வந்தாங்களோன்னு பயந்துபோய் எங்காவது மறைஞ்சுட்டாங்களா?" என்றான் ராமநாதன்.

"நைட்ல வந்து அவங்களைப் பயமுறுத்திட்டீங்களா?" என வினோத்தும் கேட்டான்.

"சந்தோஷமாத்தான் பேசினான். எதுக்குன்னு கேட்டான். மெட்ராஸ்ல இருந்து வந்திருக்காங்கன்னு சொன்னேன். இப்பவே போய் ஹோட்டல்ல பார்க்க லாமான்னு ஆசையாத்தான் கேட்டான்."

"எங்க போயிட்டாங்கன்னு கொஞ்சம் பக்கத்துல விசாரிச்சு சொல்லுப்பா."

பெரியவர் பக்கத்து வீடுகளில் விசாரித்துவிட்டு வந்தார். வீடு மிகவும் சிறியதாகவும் எளிமையானதாகவும் இருந்தது. வினோத், பெரியவரிடம், "சிவராஜுக்கு மொத்தம் எத்தனை குழந்தைகள்" எனக் கேட்டான்.

"ஒரே ஒரு பொண்ணு."

அப்பாடா... அதில் மாற்றம் இல்லை.

"என்ன வயசு இருக்கும்?"

பெரியவர் கொஞ்சம் யோசித்து, தூரத்தில் போன ஒரு பெண்ணைக் காட்டி, "இந்த பொண்ணு போல இருக்கும்" என்றார்.

பெண்ணைத்தான் விசாரிக்க வந்தோம் எனத் தெரிந்தால் ஏதாவது விபரீதமாக எடுத்துக் கொள்ளப்போகிறார்கள் எனத் தயக்கமாக இருந்தது.

"அந்தப் பொண்ணு பேரு?"

பெரியவர் சாந்தமாகவும் கூர்மையாகவும் பார்த்தார். "லக்ஷ்மிபிரியா." என்றார் சற்றே விரோதமாக.

வினோத் உடனடியாகத் தன் செல்போனில் ரம்யாவின் படத்தைக் காட்டி, "இந்தப் பெண்ணைத் தெரிகிறதா?" என்றார். அவர் செல்போனைக் கண்ணுக்கு அருகிலும் விலக்கியும் வெவ்வேறு விதமாக வைத்து, "யாரு இது?" என்றார்.

"நல்லா பாருங்க" படத்தை என்லார்ஜ் செய்து முகத்தைக் காண்பித்தான். அவர் முகத்தில் மெல்ல ஓர் ஆச்சர்யம் மலர்ந்தது...

"லக்ஷ்மியா?" என்றார்.

வினோத்துக்கு யுரேகா நிலைமைதான். அம்மணமாக ஓடுவதற்கும் சித்தமாக இருந்தான். இன்னொரு ரம்யா இருக்கிறாள்.

"இது லக்ஷ்மி இல்லை. அவளுடன் பிறந்தவள்... இரட்டைப் பிறவி... அதனால்தான் தேடி வந்தோம். லக்ஷ்மிபிரியா இப்ப எங்கே இருக்காங்க தெரியுமா?" என்றான்.

பெரியவர் அதிர்ச்சியிலிருந்து விலகாமல், வினோத்தையே பார்த்துக்கொண்டிருந்தார்.

மேலும் விளக்கும்பொருட்டு, "இரண்டு பேரும் ஒன்றாகப் பிறந்தவர்கள்... சின்ன வயசுலயே காணாமப் போயிட்டா... அதான் தேடி வந்தோம்." அவர்களுக்குப் போதுமான ஒரு கதையைச் சொன்னான். அவருக்கும் அந்தத் தேடலில் நிஜமாகவே ஓர் ஆர்வம் ஏற்பட்டிருக்க வேண்டும்.

பெரியவர் மேலும் சிலரிடம் விசாரித்தார்.

காலையில் பொழுது விடியும்போதே வீடு பூட்டித்தான் இருந்தது என்றனர். இரவு பத்து மணிக்கு பெரியவர் வந்து பார்த்துவிட்டுப் போயிருக்கிறார். காலையில் வீடு பூட்டியிருக்கிறது. இரவோடு இரவாக யார் வந்து அழைத்துச் சென்றார்கள்... அல்லது இவர்களாக எங்கே போய்விட்டார்கள்?

பெரியவர், "நீங்கள் அறையில் இருங்கள்... நான் விசாரித்துவிட்டு வந்து சொல்கிறேன்" என்றார்.

மறுபடி ஹோட்டல் அறைக்கே வந்து, அடுத்து என்ன செய்வது என முடிவெடுக்க முடியாமல் அமர்ந்திருந்தார்கள். கைக்கு அருகில் ரகசியங்கள் நழுவிக்கொண்டிருந்தன. இரவுக்குள் என்ன நடந்திருக்கும். டி.வி-யில் இரவு கொடுத்த அறிவிப்பு காரணமாக இருக்குமா என யோசித்தான். பணத்துக்கு ஆசைப்பட்டு கடத்திவிட்டார்களா?

வினோத்தின் போன் அடித்தது. தீபா. "ப்ராப்ளம் சால்வ்ட். இன்னொரு ரம்யாவைக் கண்டு பிடிச்சுட்டாங்களாம்... இப்பத்தான் சுரேந்தர் சிங் சொன்னார். பேரு லக்ஷ்மிபிரியாவாம்!" என்றாள்.

21

ஹரா சனிலிருந்து வினோத்தும் ராமநாதனும் சென்னை வந்து சேர்வதற்குள் டெல்லியிலிருந்த கவின் வந்துவிட்டார். எதிர்பாராத ஆச்சர்யமாக தீபாவும் வந்திருந்தாள். சோழா ஹோட்டலில் தங்கியிருப்பதாக தீபா வாட்ஸ்அப்பில் தகவல் சொல்லியிருந்தாள். வீட்டுக்குக்கூட போகாமல் காரை விரட்டி, சோழாவில் வந்து நிறுத்தினான் ராமநாதன். ரிசப்ஷன் நோக்கி நடந்தபோது, ''அங்க பார் சோழ நிலா'' என்றான். கிழக்கில் முழு நிலா பிரகாசமாகத் தெரிந்தது. ''சோழ... ஓ! சோழா ஹோட்டல் நிலான்னு சொல்லு. நான் மு.மேத்தா நாவல்னு நினைச்சுட்டேன்.'' வினோத்துக்கு அப்படியே பொன்னியின் செல்வனும் மனதில் வந்துபோனது. 'கிராஃபிக்ஸ் கேம் எந்த அளவுக்கு வளர்ந்திருக்கிறதோ' என கண்ணாடிக் கதவை அணுகுகிறவரை வருந்தினான். ஏர்லைன்ஸ் மகாராஜா பாணியில் ஒருவர் சல்யூட் வைத்த வேகத்தில் கவனம் மாறிவிட்டது.

ரிசப்ஷனில் காத்திருந்தனர். தீபா வந்த சிறிது நேரத்தில் கவினும் வந்தான். "ஒரே ஹோட்டல்... ஆனா தனித்தனி ரூம்" எனக் கூச்சமில்லாமல் சொன்னபடி சிரித்தாள் தீபா. அதற்கு எப்படி ரியாக்ட் செய்வது எனக் கொஞ்சம் திக்குமுக்காடிப் போனான் வினோத். "ஓ!" என்றான்.

"ரம்யாவோட சிஸ்டர் லக்ஷ்மிபிரியாவைப் பிடிச்சுட்டதா சொன்னாங்க. உடனே புறப்பட்டு வந்துட்டேன். எப்படியாவது அவளைப் பார்க்கணும்... என்னென்ன வேலையெல்லாம் பண்ணிட்டா."

“அவ பண்ணலை. அதை நாமப் புரிஞ்சுக்கணும்.” கவின் அவ்வளவாக சிரிக்கிற ஆளாகத் தெரியவில்லை.

“ஸாரி. அவ மூலமா நடந்திருக்கு. சட்டென புரிஞ்சுக்கிறதுக்காகத் தான் சொன்னேன்.”

“இதெல்லாம் எப்படி நடந்திருக்க சாத்தியம்னு விளக்க முடியுமா?” என்றான் ராமநாதன். “கோர்ட்ல நான் இதைப் புரியற மாதிரி சொல்லியாகணும்.”

வினோத், ராமநாதனை இருவருக்கும் அறிமுகப்படுத்தினான்.

“இங்க நியூட்ரினோ ஆய்வுக்கான வேலை நடக்குது இல்லையா? அதுபோல யூரோப்ல செர்ன் அமைப்பு மூலமா ஓர் ஆராய்ச்சி நடந்துக்கிட்டிருக்கு. ‘அணுதான் உலகிலேயே சின்ன பார்ட்டிக்கிள்’னு நினைச்சுக்கிட்டிருந்தது போய், அதுக்குள்ள நியூட்ரான், புரோட்டான், எலெக்ட்ரான்னு மின் துகள்கள் இருப்பதைக் கண்டுபிடிச்சாங்க. அப்புறம் இன்னும்கூட சின்னச் சின்னத் துகள்கள் இருக்கிறதைக் கண்டுபிடிச்சாங்க. மியூயான், பாஸிட்ரான், நியூட்ரினோ, ஃபோட்டான் இப்படி பல சின்னஞ்சிறு பார்ட்டிக்கிள்ஸ் இருக்கறதைச் சொன்னாங்க. மொத்த பிரபஞ்சமும் 12 அடிப்படைத் துகள்களால் ஆனதுன்னு போன நூற்றாண்டிலேயே முடிவாயிடுச்சு. 12-வது துகள்தான் கொஞ்சம் இழுத்துக்கிட்டு இருந்தது. அதுதான் செர்ன்ல கண்டுபிடிக்கப்பட்ட கடவுள் துகள்...”

“சார், நான் இதையெல்லாம் அப்படியே கோர்ட்ல சொல்லணுமா?” பரிதாபமாகக் கேட்டான் ராமநாதன்.

“இல்லை, என்னை விசாரிக்கணும்னு சொல்லுங்க. நான் சொல்றேன்” என்றார் கவின்.

“கவின்... யோசிச்சுப்பாரு. இப்படிச் சொன்னா போதுமா?” என்றாள் தீபா.

“அந்த ‘செர்ன்’ கொல்லாய்டர்ல ஹை ஸ்பீட்ல புரோட்டானை மோதவிட்டு சிதறவெச்சாங்க... பிரபஞ்சம் தோன்றினபோது நடந்த பெருவெடிப்பை உருவாக்கினாங்க. அந்த லெவல்ல இன்னொரு பிரபஞ்சம் உருவாக சான்ஸ் இல்ல. ஆனா, இந்தப் பிரபஞ்ச செட் அப்ல அது ஏதோ மாற்றத்தை ஏற்படுத்திடுச்சு.”

“அது ஏன் ரம்யாவுக்கு நடக்கணும்?”

“கேயாஸ் தியரி மாதிரிதான். எங்கயோ ஒரு பட்டாம்பூச்சி சிறகடிச்சா, இன்னொரு இடத்தில சுனாமி வரும்னு சொல்ற மாதிரி... செர்ன்ல நடந்த ஆராய்ச்சி ரம்யாகிட்ட பாதிப்பை ஏற்படுத்தியிருக்கு.”

"என்ன கவின்... ரம்யாகிட்டயா... லக்ஷ்மிபிரியா கிட்டயா?"

"அவங்க ரெட்டைப் பிறவி. அதைக் கவனிச்சியா? இவளோட உடம்புல நடக்கிற மாற்றம், இன்னோர் இடத்தில் அவளுடைய சகோதரிகிட்ட பாதிப்பை ஏற்படுத்துது."

"குவாண்டம் டெலிபதி மாதிரியா?" என்றாள் தீபா.

வினோத்தும் ராமநாதனும் அவர்கள் இருவரும் பேசுவதைப் புரிந்துகொள்ள முயற்சி செய்து தோற்றனர். பிறகு 'அவர்களே விவாதம் செய்து ஒரு முடிவுக்கு வரட்டும்' என்பதுபோலக் காத்திருந்தனர்.

கவின் கண்களை மூடி ஆழ்ந்து யோசித்துவிட்டு, "நோ..." என்றான் உறுதிபட. "குவாண்டம் என்டாங்கல் மென்ட்னு சொல்லலாம்."

"ம்..."

"குவாண்டம் இணைத் துகள்கள் எவ்வளவு தூரத்தில விலகியிருந்தாலும், ஒரு துகள்ல ஏற்படுற மாற்றம் இன்னொரு துகளைப் பாதிக்கும்."

"சரி."

"இங்க ரம்யா ஒருத்தரை வெறுத்தா, இன்னொரு இடத்தில் அந்த இணை பாதிக்கப்பட்டு, உயிர் வெறுக்கப்பட்ட ஆளைத் தீர்த்துக்கட்டுது."

"இதை மட்டும் கோர்ட்ல புரிஞ்சுக்கிட்டு சரியா தீர்ப்பு சொல்லிட்டாங்கன்னா மறுபடி மாதம் மும்மாரி பொழிய ஆரம்பிச் சுடும் சார்" என்றான் வினோத்.

தீபா சிரித்தாள். வினோத்தும் எதற்கும் இருக்கட்டும் எனச் சிரித்தான். கவின் சிரிக்கவில்லை.

"நாளைக்கு அந்தப் பெண்ணை கோர்ட்ல புரொட்யூஸ் பண்றாங்க. காலையில ஹைகோர்ட்டுக்கு வந்துடுங்க. ரெண்டுல ஒண்ணு பார்த்துடலாம்." ராமநாதன் நினைவுபடுத்தினான்.

"இல்லப்பா! ரெண்டையும் பார்க்கணும்" என அவனைத் திருத்தினான் வினோத்.

ர்ட்.

9.30 மணி சுமாருக்கு தீபா, வினோத், கவின், ராமநாதன் அனைவருமே வந்து அந்தப் பெண்ணைப் பார்க்கக் காத்திருந்தனர்.

போலீஸ் ஜீப்பிலிருந்து அந்தப் பெண்ணை இறக்கி அழைத்து வந்தனர். படு சாதாரணமான கிராமத்துப் பெண். ரம்யாவுக்கு

டல் மேக்கப் போட்டு, சாதா புடவை ஒன்றைச் சுற்றிவிட்டால் எப்படியிருக்கும்... அப்படியிருந்தாள். வெயிலேறிய தோல். ரம்யாவின் சரும நிறத்தைச் சற்றே கருக்கி, வறட்சியாக்கியது போல இருந்தது. அவள் பேசிய மொழியும் கிராமத்துக் கன்னடம். ஆங்கிலம் பேசத்தெரியவில்லை. ஆங்கிலத்தில் கையெழுத்துப் போடத் தெரியுமா என்றதற்கு, 'தெரியும்' எனத் தலையசைத்தாள். கவினுக்கும் தீபாவுக்கும் நேற்று பேசிய அத்தனை குவாண்டம் தியரிகளும் தவிடுபொடியாகின.

'நிமோஷ் கொலையில், டாக்டர் குமரேசன் கொலையில் பார்த்தது நிச்சயமாக இவள் இல்லை' என எந்தக் கோயிலிலும் அல்லது கோர்ட்டிலும் வந்து சத்தியம் செய்வதற்குத் தயாராக இருந்தான் வினோத். ஆனால், அவனுடைய சத்தியத்தை அங்கே யாரும் சட்டை செய்வார்களா எனத் தெரியவில்லை. ரம்யாவும், ரம்யாவின் பெற்றோரும் ஆச்சர்யமாக அவளைப் பார்த்தனர். லக்ஷ்மிபிரியா ஒரே நாளில் தன் வாழ்க்கை இப்படிப் புரட்டிப் போடப்பட்டுவிட்ட பயத்தில் மிரண்டுகொண்டிருந்தாள். ரம்யாவைப் பார்த்தாள். ஒரே மாதிரி இருக்கிறோம் என்பதற்கு ஆச்சர்யப்பட அவளுக்குத் தெரியவில்லை. ரம்யாவைப் பார்த்து பயந்தாள். 'இதெல்லாம் நல்லதில்லை' என அவள் நினைத்திருக்கக் கூடும்.

'நீதான் இந்தக் கொலைகளைச் செய்தாயா?' எனக் கேட்பது பொருத்தமில்லாததாக இருந்தது. கொலை நடந்த நாள்களில் அவள் எங்கு இருந்தாள் என்பதை நேரடியாக பப்ளிக் ப்ராஸிக்யூட்டர் கேட்டார்.

முதல் கொலை நடந்த நாள் டிசம்பர் 2...

"டிசம்பர் 2-ம் தேதி எங்க இருந்தீங்க?" கன்னடம் தெரிந்த ஒருவர் மொழிபெயர்த்துச் சொன்னார்.

"ரத்னஹல்லியில் இருந்தேன்." இதைச் சொல்லிவிட்டு கோர்ட்டில் இருந்த எல்லோரையும் ஒரு முறை 'சரிதானே?' எனப் பார்த்தாள்.

டாக்டர் குமரேசன் கொல்லப்பட்டது டிசம்பர் 5.

"டிசம்பர் 5-ம் தேதி?"

"ரத்னஹல்லில."

மூன்றாவது கொலை பெங்களூரு சாமியார். டிசம்பர் 9.

"டிசம்பர் 9-ம் தேதி?"

"ரத்னஹல்லி." எதற்குக் கேட்கிறார்கள் என்பது போல அவள் பார்த்தாள்.

ஜஸ்டின் கொல்லப்பட்டது, டிசம்பர் 12.

தமிழ்மகன் | 115

“டிசம்பர் 12” எனக் கேட்டுவிட்டு அந்தப் பெண்ணைக் கூர்மையாகப் பார்த்தார் பப்ளிக் ப்ராஸிக்யூட்டர்.

அவளுக்கும் ஒன்றும் புரியவில்லை... “அங்கயேதான்.” என்றாள்.

“அங்கயேன்னா?”.

“ரத்னஹல்லிலதான் இருந்தேன்.”

டெல்லியில் பேராசிரியர் சுசீந்திரன் கொல்லப்பட்டது, டிசம்பர் 15.

“டிசம்...”

“நான் எப்பவுமே ரத்னஹல்லிலதான் இருப்பேன். ஸ்கூல் படிக்கும்போது பெங்களூரு ஜூவுக்குப் போயிருக்கேன். வேற எங்கயுமே போனதில்ல” என குறுக்கே புகுந்து தன் ஒரே பதிலை அவளாகவே முந்திக்கொண்டு சொன்னாள்.

அமைச்சர் சுப்ரமணியைப் பற்றியும் ராஜேஸ்வரியைப் பற்றியும் கேட்கவேண்டிய அவசியமே இல்லை.

நீதிபதி கேட்டார். “என்னமோ ரம்யாகூட பொறந்த இன்னொரு பொண்ணுதான் எல்லா கொலைக்கும் காரணம்னு சொன்னீங்க. இவளையா?”

ராமநாதனைப் பார்த்தார் பப்ளிக் ப்ராஸிக்யூட்டர். “போலீஸ் விசாரணைக்கு உத்தரவிட வேண்டும்.” எனக் கேட்டுக்கொண்டார் ப.ப்.

“இந்தக் கேஸை ஆரம்பத்திலிருந்தே பார்த்துக்கிட்டு வர்றேன். நீங்க கொண்டு வந்து நிறுத்திற ஆளெல்லாம் ஆதாரம் போதாத ஆட்களாவே இருக்காங்க” என்றார் நீதிபதி.

“ஒரு வாரம் போலீஸ் காவலில் வைத்து விசாரிக்க அனுமதித்தால் உண்மை வெளிவரும் யுவர் ஹானர்.”

“இந்த அப்புராணிதான் இந்தியா முழுக்கப் போய் கொலை பண்ணினதா ஜோடிக்கப் போறீங்களா?” கோபமாகக் கேட்டார்.

கோர்ட்டில் சிவராஜ்-பானுமதி தம்பதியரின் கையில் இருந்த நான்கு வயதுக் குழந்தை ஒன்று “அம்மா” என அழைத்தது லக்ஷ்மிபிரியாவைப் பார்த்து. நீதிபதிக்கு ஏகக் கடுப்பு... “இந்தக் குழந்தையோட அம்மா வேறயா? சரி... சரி... ரெண்டு நாள் தர்றேன். அதுக்குள்ள விசாரிச்சா போதும். இந்த ரெண்டு பெண்களுக்கும் இது பொருந்தும்.”

நீதிபதி புறப்பட்டுவிட்டார். ‘விட்டா இதே போல மூணாவதா ஒரு பொண்ணு இருக்காள்னு சொல்லுவாங்க போலிருக்கு’ என்ற அலுப்பு அவருக்கு.

அன்றிரவு மொட்டை மாடியில் காலார நடந்துகொண்டிருந்தார். வாட்டர் டேங்க் மேல் யாரோ அமர்ந்திருப்பது தெரிந்தது. மாடியில் ஒரு மூலையில் மட்டுமே விளக்கு இருந்ததால் சரியாகத் தெரியவில்லை. இருட்டு. நெருங்கிச் சென்று பார்த்தார். "நீ எப்படி வெளிய வந்தே?" என்றார். அவள் அவரையே பார்த்துக் கொண்டிருந்தாள். "ஏய் பொண்ணு... கேட்கிறேன் இல்ல! நீ ரம்யாவா, பிரியாவா?" என்றார்.

அவள் பதில் சொல்லாமல் அந்தப் பக்க பைப்பைப் பிடித்து கீழே இறங்கி, இருண்ட தெருவில் மறைந்தாள்.

22

'கண்ணால் காண்பதும் பொய்... காதால் கேட்பதும் பொய்... தீர விசாரிப்பதே மெய்...' எனச் சின்ன வயதில் கிராமத்தில் பொன்னுசாமி தாத்தா சொன்னதை நினைத்துப் பார்த்தார் நீதிபதி. இத்தனை சட்ட நூல்கள் படித்து, இத்தனை தீர்ப்புகள் வழங்கியபின் இப்படி ஒரு பால பாடத்தை அவர் தன் வாழ்நாளில் எதிர்பார்க்கவே இல்லை. தான் கண்ட காட்சியைத் தன் மனைவி, மகளிடம் உடனே சொன்னார். 'அந்தப் பெண் பார்த்த பார்வை, சாதாரண மானிடப்பிறவிகளிடம் பார்க்கமுடியாதது' என்பது அவருடைய தீர்மானம். அச்சம் என்பதை வாழ்நாளில் அறிந்திராத விழிகள் அவை.

அந்த இரவிலேயே போலீஸ் கமிஷனரிடமும், தலைமைச் செயலாளரிடமும் அதை போனில் சொன்னார். "பாதுகாப்பு வேண்டுமா?" என்றார்கள். "வேண்டாம். காலையில் வீட்டுக்கு வாருங்கள், போதும்" என்றார்.

கமிஷனரும் தலைமைச் செயலாளரும் காலையில் வந்ததும், இரவு நடந்த விஷயங்களைப் பதற்றத்தோடு மீண்டும் சொன்னார் நீதிபதி. தாம் கண்ட காட்சியின் அமானுஷ்யத்தை அவர்களுக்கு எப்படியாவது விளக்கிவிடத் துடித்தார். மொட்டை மாடிக்கு வருமாறு அவர்களை அழைத்துச் சென்றார். "இதோ, இந்த வாட்டர் டேங்க் மேலதான் உட்கார்ந்திருந்தா. இதோ, இந்த பைப் வழியாதான் இறங்கிப் போனா..." என்று ஒரு குழந்தை போல ஓடி ஓடிக் காட்டினார். அவருடைய இயல்புக்கு மாறானதாக

இருந்தது அது. இரவு கண்ட காட்சி அவரை இன்னமும் உலுக்கிக் கொண்டிருப்பதைக் கவனிக்க முடிந்தது.

சந்தேக வளையத்தில் இருந்த இரண்டு பெண்களும் அங்கே போலீஸ் கண்காணிப்பில் இருந்த நேரத்தில், அதே போல இன்னொரு பெண் வந்திருப்பது எல்லோரையும் குழப்பியடித்தது. எல்லோருக்குள்ளும் விதவிதமாகக் கேள்விகள் எழுந்தன.

"பொறந்தது ஒருவேளை மூணு பொண்ணுங்களா... நல்லா விசாரிச்சீங்களா?" என நீதிபதி கேட்டார்.

"அந்தப் பொண்ணு ஏன் உங்களைப் பார்க்க வரணும்? வாட்டர் டேங்க் மேல ஏன் உட்காரணும்? இதற்கு ஒரு முடிவே இல்லையா?" என அலுத்துக்கொண்டார் தலைமைச் செயலாளர். "மூன்றாவது ரம்யாவா?" என்றபடி தலை சிலுப்பினார் கமிஷனர் ராம்சிங்.

நீதிபதி ஏதோ முடிவுக்கு வந்தவராக, "ஒரு பெண்ணால இந்த டேங்க் மேல ஏறி உட்கார முடியுமா? என் மகளை ஏறி உட்காரச் சொல்லி டெஸ்ட் பண்ணலாமா?" என்றார்.

"ரிஸ்க் சார்... இந்த டேங்க் ஏதோ அந்தரத்தில நிக்கிற மாதிரி இருக்கு. போலீஸ் ட்ரெய்னிங்ல இருந்த லேடீஸுக்கே கஷ்டம்."

"குட் ஐடியா... லேடி கான்ஸ்டபிள் யாராவது வந்திருக்காங்களா?" என்றார் நீதிபதி.

"ஜீப்ல இருக்காங்க சார்!"

"ஒரு சின்ன டெஸ்ட். பார்த்துடுவோம்."

ராம்சிங் செல்போனில் தகவல் சொல்ல, ஜீப்பில் இருந்த அந்தப் புதிதாகச் சேர்ந்த லேடி கான்ஸ்டபிள் 'ஏதோ தப்பு செய்துவிட்டோமா' என மிரட்சியாக வந்தார்.

நீதிபதி, "உன்னால இந்த ஏணியில ஏறி வாட்டர் டேங்க் மேல உட்கார முடியுமா?" என்றார். அந்தப் பெண் கான்ஸ்டபிள் தயக்கத்தோடு கமிஷனரைப் பார்த்தார். "முடியுதான்னு பார்" என்றார் கமிஷனர்.

அந்தப் பெண் ஏணிமீது ஏறினாள். உயரத்தைப் பார்த்து பயந்தாள். கடைசி படிக்குப் போய்விட்டு, 'போதுமா' என்பதாகக் கீழே பார்த்தாள். "பயமா இருந்தா இறங்கிடு" என்றார் நீதிபதி.

"வாட்டர் டேங்க் மேல ஏறணும்" என்றார் கமிஷனர். அந்தப் பெண், உயிரைப் பணயம் வைத்து ஒரு ஜம்ப் செய்து அதன் மேல் அமர்ந்தாள். காற்று பலமாக வீசியதால் விழுந்துவிடுவோமோ என்ற அச்சம் கண்களில் தெரிந்தது.

"பைப் வழியா கீழே இறங்கு" எனக் கட்டளையிட்டார் கமிஷனர்.

அவள் பைப்பைப் பிடித்து இறங்கத் தொடங்கி, லேசாகத் தடுமாறி கீழே பார்த்தாள். கார்கள் எல்லாம் தீப்பெட்டி சைஸில் தெரிந்தன. "பயமா இருக்கு சார்" என்றாள்.

"மேலே ஏறி வந்துடு" என அவசரமாகச் சொன்னார் நீதிபதி.

கைகள் நடுங்க அவள் தடுமாற்றத்தோடு மொட்டை மாடியில் குதித்ததை நீதிபதி அமைதியாகப் பார்த்தபடி இருந்தார். இரவு வந்த பெண் ஏதோ லேடி ஜேம்ஸ்பாண்டு போல சர்ரெனக் கீழே இறங்கியது நினைவில் வந்தது. ஒரு ரோபோ போல அதைச் செய்தாள். அடிபடும், எலும்பு முறியும் என்ற தயக்கங்கள் இல்லாத தாவல் அது.

"என்னோட கணிப்பு சரின்னா அவ ஒரு ரோபோ... கிராஃபிக்ஸ் படத்தில் வர்றமாதிரியான கேரக்டர்" என்றார் நீதிபதி.

"கஸ்டடியில இருக்கற ரெண்டு பொண்ணுங்களுமே இந்தக் கொலையில சம்பந்தப்படலைனு தெரிஞ்சுடுச்சு." தலைமைச் செயலாளர் நிதானமாகச் சொன்னார்.

"அதில நான் தெளிவா இருக்கேன். யாரோ ஜெனிவாவுல இருந்து ஒரு சயின்டிஸ்ட் வந்திருக்கிறதா சொன்னீங்களே... அவர் சென்னைல இருக்காரா?" என்றார் நீதிபதி.

"இருக்கார்னு நினைக்கிறேன்."

"அவரை விசாரிங்க. ஐ மீன்... அவர்கிட்ட ஹெல்ப் கேளுங்க." நீதிபதி எல்லோரையும் காபி சாப்பிட கீழே அழைத்தார். "அந்த ரெண்டு பொண்ணுங்களையும் இனி விசாரிக்கிறதுல அர்த்தமில்ல" என்றார்.

ரம்யாவையும் லக்ஷ்மிபிரியாவையும் சந்தித்துப் பேசிக்கொள்ள அனுமதித்தனர். விசாரணைக் கைதிகளுக்கான இடத்திலேயே அவர்கள் சந்தித்துக்கொள்ள வாய்ப்பு தந்தனர். அது ஒரு பாசக் காட்சியாக இருந்தது. லக்ஷ்மிபிரியாவின் கைகளைப் பற்றியபடியே அவளை வெகுநேரம் பார்த்தபடி இருந்தாள் ரம்யா. தமிழோ, ஆங்கிலமோ தெரியாதவள். பள்ளிப்படிப்பு முடிந்த கையோடு கல்யாணம் முடிந்து, குழந்தை பெற்ற ஒரு விவசாயி. 'பிறப்பால் உயர்வு தாழ்வு இல்லை' என்பதற்கு வாழும் உதாரணமாக இருந்தாள் லக்ஷ்மி. சந்தர்ப்பங்களும், வாழும் சூழ்நிலையும், ஒரே நாளில் ஒன்றாய்ப் பிறந்த இருவரை இரு வேறு துருவங்களாக மாற்றிவைத்திருக்கும் கோலம் பற்றிய கேள்வி, அவர்கள் இருவரின் மனங்களிலும் ஓடிக்கொண்டிருந்தது

"நான் அக்கா. பத்து நிமிஷம் முன்னாடி பொறந்தேன்." ரம்யா கன்னடத்தில் சொன்னாள்.

"நீ என் தங்கச்சி மாதிரி இருக்கே." பதில் சொல்லிச் சிரித்தாள் பிரியா. அவள் மடியிலிருந்த குழந்தையை வாங்கித் தன் மடியில் உட்கார வைத்துக்கொண்டாள் ரம்யா. இரண்டு பேரும் ஒரே மாதிரி இருப்பதில் குழந்தை சற்றே குழம்பி, நொடியில் நிஜ அம்மாவை அடையாளம் கண்டுபிடித்தது. மறுபடி லக்ஷ்மியின் மடிக்குப் போய் உட்கார்ந்தது.

"உங்க வீட்டுக்காரர் ஏன் வரலை?"

"தோட்டத்தில தக்காளி போட்டிருக்கோம். அதுதான் தினமும் பறிச்சு மார்க்கெட்டுக்கு அனுப்பும்... வேலை!"

தன் தங்கையின் நிலைமை ரம்யாவுக்கு கஷ்டமாகத்தான் இருந்தது. "நாளைக்கு நம்மை இந்த கேஸ்ல இருந்து விடுவிச்சுடுவாங்க... நாம எல்லோரும் ஒண்ணா இருப்போம்."

லக்ஷ்மிபிரியா சிரித்தாள்.

கவினுக்குப் போன் செய்து, "கமிஷனர் ஆபீஸுக்கு வர முடியுமா?" எனக் கேட்டார் ராம்சிங். "நான் சோழாவுக்கு வருவதானாலும் சரி" என்றும் சொன்னார்.

"விஷால், பாரதிராஜான்னு பலரும் வந்து போராடிக் கிட்டிருக்காங்களே?"

கமிஷனர் சிரித்தார். "போலீஸ்னா எல்லாப் பிரச்னையும் வரும். நீங்க வாங்க" என்றார்.

காரைவிட்டு இறங்கி, 'கவின்' எனச் சொன்னதுமே ஒரு கான்ஸ்டபிள் சல்யூட் அடித்து, தடை எதுவும் இல்லாமல் கமிஷனர் அறைக்கு அழைத்துச் சென்றார்.

கவின் சொன்னதில் பாதிக்குமேல் கமிஷனருக்குப் புரியவில்லை. செர்னில் நடக்கும் பார்ட்டிகிள் பிசிக்ஸ் ஆராய்ச்சி ஒருவேளை ஆபத்தானதாக இருக்கலாம் என்பதுதான் அவர் புரிந்துகொண்டது. 'அந்த ஆராய்ச்சியினால் இங்கே இருக்கும் பெண்ணைப் போலவே இன்னொரு பெண் உருவாகி, இங்கே இருக்கும் பெண்ணின் மனதில் இருக்கும் கோபங்களை எல்லாம் செயல்படுத்துகிறாள்' என்பதை பேப்பரில் செய்தியாகப் படிக்கிற யாராவது ஏற்றுக்கொள்வார்களா என்பது புரியவில்லை.

"சார், நீங்க சொல்றது உண்மையா இருக்கலாம். ஆனா, நம்பறா மாதிரி இன்னொரு விளக்கம் தர முடியுமா? இதையெல்லாம் சொல்லிக்கிட்டு பிரஸ்கிட்ட தலைகாட்ட முடியாது."

"நீங்க சொன்னா நம்ப மாட்டாங்கன்னா நான் சொல்றேன்."

"ஒரு கேள்விக்கு மட்டும் பதில் தெரியலை."

"என்ன?"

"ரம்யா மனசுல இருந்த பழி உணர்ச்சியை அந்த சயின்ஸ் பொண்ணு தீர்த்துவெச்சாள்னு சொல்றீங்க. இதுல அந்த சயின்டிஸ்ட் எப்படி வந்தாரு? அவரை ஏன் பழி தீர்க்கணும்?"

"சயின்டிஸ்ட் அவளின் நேரடியான எதிரி. இந்த மாதிரி ஒரு ஆபத்து இருக்குன்னு உலகுக்குச் சொல்ல நினைச்சாரு. அதைத் தடுக்கணும்னு நினைச்சிருக்கா."

"அது எப்படி அவளுக்குத் தெரியும்?"

"அது அந்த ஏலியனுக்கு இருக்கிற ஒரு எக்ஸ்ட்ரா பவர். அவளைப் பத்தி யோசிக்கிறவங்களை அவ ஈஸியா அடையாளம் கண்டு பிடிச்சுடுவா. அப்படித்தான் நினைக்கிறேன். எல்லாமே யூகம்தான்."

"நாமகூடத்தான் அந்தப் பொண்ணை நினைக்கிறோம்... நம்மையும் தேடி வருமா?"

கமிஷனரை கவின் சற்று தீர்க்கமாகப் பார்த்தான். "வரலாம். நேத்து நீதிபதி வீட்டுக்கு வந்தது மாதிரி."

கவின் ஜோக் அடிப்பதாக நினைத்துக்கொண்டு கமிஷனர் சிரித்தார். கவின் சிரிக்கவில்லை.

23

சென்னையில் தங்கியிருந்து எழும்பூர் போலீஸ் ஸ்டேஷனில் கையெழுத்திட வேண்டும்' என்ற நிபந்தனையின் பேரில் ரம்யா, லக்ஷ்மிபிரியா இருவரையும் விடுவித்தனர். 'சுதந்திரக் காற்றைச் சுவாசித்தல்' என்பதன் அர்த்தம் ரம்யாவுக்கு எழுத்து எழுத்தாகப் புரிந்தது. வினோத் இரண்டு பேரின் குடும்பங்களையும் நல்ல ஹோட்டலுக்கு அழைத்துச் சென்று காரம், மணத்துடன் விருந்துவைத்தான்.

"அப்பாடி... ஒருவழியா பிரச்னை தீர்ந்தது" என்றாள் ரம்யா.

"இல்லை... தீரவில்லை. கொலை செய்த பெண்ணைப் பிடிக்கிற வரை உங்களைக் கண்காணிச்சுக்கிட்டே இருப்பாங்க. அந்த மஜூம்தார் சொன்னதைக் கேட்டீங்கல்ல?" என நினைவுபடுத்தினான் ராமநாதன்.

"ஏம்பா இப்ப புளியைக் கரைக்கிற? இரு... நிதானமா அதைப் பேசிக்கலாம்." வினோத், சூழலைக் குளுமைப்படுத்த நினைத்தான். "ஒரே ஜீன் கொண்ட ரெண்டு பெண்களின் தலைமுடிகள்... ரெண்டுலயும் சில வித்தியாசங்கள். 'அது, இரட்டையராக இருந்தால்தான் சாத்தியம்' என்றாரே மஜூம்தார்? எல்லோரும் விட்டாலும் அவர் விட மாட்டார் போலிருக்குப்பா."

"நீதிபதி சொல்வதுபோல ரோபோ பெண்ணோ, கிராஃபிக்ஸ் பெண்ணோ ஒருத்தி வந்தாளே! அவதான் கொலைகாரி. கவின் சொல்றது மாதிரி வேற்றுக்கிரகப் பெண் கதைதான் இப்ப டெம்பரவரியா நம்மைக் காப்பாத்தியிருக்கு."

வினோத் அவன் கையைப் பிடித்து, "அவங்களைக் கொஞ்சமாவது நிம்மதியா சாப்பிடவிடுப்பா" என்றான்.

"மறுபடி அரெஸ்ட் பண்ணிடுவாங்களா?" என்றாள் லக்ஷ்மி, சுமாராக எதையோ புரிந்துகொண்டு.

வினோத் வேகமாகத் தலையசைத்து மறுத்தான். "பயப்படாதீங்க... அதைப்பத்தி ரெண்டு நாள் கழிச்சு பேசலாம்" என்றான்.

"அதைப்பத்திப் பேசவே வேண்டாம்."

"அப்புறம் எப்படி புரூவ் பண்றது?"

"அதை நான் பாத்துக்குறேன். நண்டு பொரியல் சாப்பிடுவீங்களா?" என்றான் ரம்யாவைப் பார்த்து.

"நாக்கு செத்துப்போயிருக்கு. சொல்லுங்க. கேக்கும்போதே நாக்குல ஷாக் அடிக்குது" ரம்யா சந்தோஷமாகச் சிரித்தாள். ரம்யாவை வளர்த்தவர்களுக்குத் தங்களுக்குப் பிறந்து இறந்தது ஓர் ஆண் குழந்தை என்பது ஒரு தகவல் மட்டும்தான். அந்தக் குழந்தையை இழந்துவிட்ட சோகமோ, யாருக்கோ பிறந்த ரம்யாவைத்தான் நாம் இவ்வளவு நாள்களாக வளர்த்தோம் என்ற குழப்பமோ, அவர்கள் காட்டும் பாசத்தில் எந்த பாதிப்பையும் ஏற்படுத்தவில்லை. அதனால், ரம்யாவின் மனத்தில் இடைவெளி விழுந்து விடுமோ என்பதாக ஒரு தயக்க அச்சம் இருந்தது. ஆனால், எங்கே விலகி விடுவாளோ என யோசித்ததுகூட தேவையில்லாத அச்சமாக மாறியிருந்தது. அவர்களுக்கு அந்த அச்சம் தேவையில்லை என்பதை உணர்த்துவதற்காக ரம்யா இயல்புக்குமீறி இயல்பாக இருந்தாள்.

லக்ஷ்மியின் பெற்றோருக்கு அப்படி எந்தப் பிரச்னையும் இல்லை. லக்ஷ்மிக்கு உண்மை தெரிந்துவிட்டதே என்ற சின்ன சலனம் இருந்தது. போலீஸ் விசாரணை தந்த அதிர்ச்சியில், எப்படியோ நெகிழ்ந்திருக்க வேண்டிய நிகழ்வுகள் உணர்வு தப்பிக்கொண்டிருந்தன.

வினோத் எடுத்த பிரயத்தனங்கள் ரம்யாவை நிறையவே காதல் கொள்ள வைத்தது. சேமித்துவைத்த காதலையெல்லாம் கொட்டுவதற்குத் தருணம் பார்த்துக்கொண்டிருந்தாள். சாப்பிட்டுக் கிளம்பும்போது, "நல்லா ரெஸ்ட் எடுங்க. ஸ்டாஃப்ஸ் எல்லாம் நாளைக்கு வந்து பார்ப்பாங்க" என்றான் வினோத்.

ஒரு வாரம் ஹோட்டலிலேயே ஓடிவிட்டது, கவினுக்கு. லக்ஷ்மியைப் பார்த்ததும் தீபாவுக்கு 'விஞ்ஞானபூர்வமான ஈடுபாடு எதற்கும் வழியில்லை' எனப் புரிந்துபோனது. 'பிரிந்தவர் சேர்ந்தனர்' என்ற சென்டிமென்ட் எல்லாம் அவளுக்கு இல்லை. அடுத்த ஃப்ளைட்டில் டெல்லி போய்விட்டாள். போகும்போது கைகுலுக்கலுக்குப் பிறகு

லேசாக நெஞ்சோடு அணைத்துக்கொண்டதுதான் கவின் பெற்ற ஒரே பாக்கியம். அதைவிட முக்கியமாக இருந்தது, அவள் விவரித்த குவாண்டம் டெலிபதி சுவாரஸ்யங்கள். அது கொஞ்சம் சயின்ஸ், கொஞ்சம் உடான்ஸ். இருந்தாலும் அவனுக்கு வேறு கிளைச் சந்தேகங்களைக் கிளப்பிவிட்டபடி இருந்தது. ஒரு பக்கம் ஏலியன், இன்னொரு பக்கம் சொந்தங்கள். நேரம் குறைவாக இருந்தது. அன்பு, அறிவியல் எல்லாவற்றையும் போட்டுக் குழப்பி விட்டது மாதிரி இருந்தது.

இரண்டு நாள்களில் ஜெனீவா கிளம்புவதற்கான ஆயத்தங்களில் இருந்தான் கவின். ரம்யாவுடன் இன்னொரு சகோதரியையும் பார்த்ததில் கூடுதல் மகிழ்ச்சிதான். எல்லாமே அடுத்தடுத்து வேகமாக நடந்தன. ஒவ்வொரு திருப்புமுனைக்கும் தனியாக ரூம்போட்டு உணர்வுக்குளியல் போடும் அளவுக்குச் சம்பவங்கள் இருந்தன. பரவசமோ, பிரமிப்போ, அதிர்ச்சியோ, ஆச்சர்யமோ அடைவதற்கும் அவகாசமில்லை. உணர்வுகளைக் கொண்டாட முடியாத வாழ்க்கையை நினைத்து எரிச்சலாக இருந்தது. அழ வேண்டிய நேரத்தில் அழாமலும், சிரிக்க வேண்டிய நேரத்தில் சிரிக்காமலும் இருப்பது வாழ்வின் துயரம். லக்ஷ்மி சம்பந்தமாக சட்டரீதியான நடவடிக்கை எதுவும் இருக்கிறதா என ராமநாதனிடம் கேட்டு, அதற்கு வழிசெய்யச் சொன்னான். இருக்கும் இரண்டு நாள்களில் செய்ய வேண்டிய வேலைகளை ஹோட்டலில் கொடுத்த நோட் பேடில் பென்சிலால் வரிசைப்படுத்தினான்.

1. லக்ஷ்மிக்கு டிரஸ்.
2. குழந்தைக்கு கிஃப்ட்.
3. குடும்பத்தினருடன் வண்டலூர் ஜூ.
4. தீபா, ராகுல்.
5. ஏலியனை ஒழிப்பது.
6. லாண்டரி.
7. ரஹ்மான் சாங்.

இப்படிக் கதம்பமாக எழுதிவைத்திருந்தான்.

குளித்துக்கொண்டிருந்தபோது, ரிசப்ஷனிலிருந்து அழைப்பு. தலையைத் துவட்டியபடியே போனை எடுத்தான். மஜூம்தார் என்பவர் பார்க்க வந்திருப்பதாகச் சொன்னார்கள். 'மஜூம்தார்' என்ற பெயர் சட்டென நினைவுக்கு வரவில்லை. இந்த ஒரு வாரத்தில் காதில் விழுந்த பெயர் போல இருந்தது. 'எதைக்குறித்து' எனக் கேட்கச் சொன்னான். ரிசப்ஷன் பெண் எந்தவித அதிர்ச்சியும் இல்லாமல் அவர் சொன்னதைச் சொன்னாள்:

"ஏலியன்."

"வெயிட் பண்ணச் சொல்லுங்க, வர்றேன்."

கவின் தன் ஷார்ட்ஸ், டி-ஷர்ட் அடையாளங்களைச் சொல்லி விட்டுக் கீழே வந்தான். நீள நீளமான வெள்ளை வெளேர் சோபாக்களில் ஒரு சிலர் அமர்ந்திருந்தனர். கவின் வந்து நின்றதும் மஜூம்தார் எழுந்து கையசைத்தார். பார்வையால் அலசினான். 50 ப்ளஸ். சஃபாரி போட்ட கவர்ன்மென்ட் உடம்பு.

"மஜூம்தார். ஃபோரன்சிக் டிபார்ட்மென்ட்."

"இப்ப நினைவு வந்துடுச்சு. கோர்ட்ல பார்த்தேன்."

"இந்த கேஸ் இப்போதைக்கு முடிஞ்ச மாதிரியும் இருக்கு. முடியாத மாதிரியும் இருக்கு."

"உங்க சைட்ல என்ன ஃபீல் பண்றீங்க?"

மஜூம்தார் தன் தரப்பை யாராவது காதுகொடுத்துக் கேட்பார்களா எனத் தவித்துப்போயிருந்தார். இவ்வளவு நிதானமாகக் கவின் கேட்டது நம்பிக்கையளித்தது. சோபாவில் சற்றே முன்னோக்கி நகர்ந்து உட்கார்ந்து, மெல்லிய குரலில் விவரிக்க ஆரம்பித்தார்.

"என்னன்னா... ஒரு செல்போன் திருடன் இந்த கேஸ்ல முக்கியமான ரோல் பண்றான். ஆனா, அவனை எல்லாருமே ஜஸ்ட் லைக் தட் விட்டுட்டாங்க. என் கிட்ட ரெண்டு தலைமுடிகளைக் கொடுத்தாங்க. ரெண்டும் அவன் கையில் சிக்கியிருந்த தலைமுடிகள். செல்போனைப் பிடுங்கிட்டு ஓடுறப்ப அவன் கையில அந்த முடி சிக்கியிருக்கலாம்... ஆனா, ரெண்டு முடிகளும் வேற வேற நேரத்தில எடுத்ததுனு நினைக்கிறேன்."

"ஏன்?"

"ஒரு தலைமுடியில ஆல்கஹால் கன்டென்ட் இருந்ததைப் பார்த்தேன். இன்னொரு தலைமுடியில இல்ல."

"ரம்யாவுக்கு அந்த ஹாபிட் இருக்கா?"

"சொல்றேன் சார். விசாரணையில இருந்தப்ப அவங்க தலைமுடி சாம்பிள் வாங்கி டெஸ்ட் பண்ணினேன். உங்களுக்கே தெரியும், தலைமுடியில ஆல்கஹால் கன்டென்ட் சில நாள்கள்வரைக்கும் இருக்கும்னு. ரம்யாவோட தலைமுடியில இல்ல. அப்ப இவங்ககூட பிறந்தவங்க... ட்வின்ஸ் இருக்காங்களான்னு டவுட் இருந்தது. முதல்ல இல்லைனு சொல்லிட்டாங்க. அப்புறம் இந்த கேஸ்ல ஒரு திருப்புமுனை. லக்ஷ்மிபிரியா வந்தாங்க."

"லக்ஷ்மி தலைமுடியில ஆல்கஹால் இருந்ததான்னு பார்த்தீங்களா?"

“பார்த்துட்டேன். அதிலயும் இல்லை சார். ஒரு வாரத்துக்கு மேல ஆகிட்டா காட்டாது.”

கவின், “என்ன சொல்ல வர்றீங்க. லக்ஷ்மிதான் கொலைகாரின்னா?”

“என்னோட எல்லை இங்க முடிஞ்சுடுச்சு. ஒரே ஜீன் கொண்ட தலைமுடி ட்வின்ஸ்களுக்கு சாத்தியம். பிறந்தது மூணு பேர் இல்லைன்னும் போலீஸ் கன்ஃபர்ம் பண்ணிட்டாங்க.” மஜூம்தார் இனி என் கையில் எதுவும் இல்லை என்பதைச் சொன்னார்.

“நான் என்ன சொல்லணும் எதிர்பார்க்கிறீங்க?”

“நீங்க சொல்லணும்னு எதிர்பார்க்கல. நீதிபதி சொன்னதை வெச்சுப் பார்க்கும்போது அது ரோபோ மாதிரி ஏதோவான்னும் யோசிச்சேன். ஆனா ரோபோ குடிக்குமா? ரோபோவுக்கு எப்படி ரம்யாவோட தலைமுடி?”

“சான்ஸ் இல்லை.”

“அதான் சார்... ஒரே சாய்ஸ் லக்ஷ்மி. அவ நடிக்கிறா. அவளைக் கொஞ்சம் கண்காணிக்கணும்.”

“ஒரு குழந்தைக்கு அம்மா... கிராமத்துப் பொண்ணு... அவ எப்படி?”

வினோத்திடமிருந்து போன் வந்தது. “சார், இன்னைக்கு போலீஸ் ஸ்டேஷனுக்குக் கையெழுத்துப் போட லக்ஷ்மி வரலை. ஏதாவது தகவல் தெரியுமா?”

“இல்லையே... எங்க போயிட்டா?”

“போலீஸ்ல ரொம்ப டென்ஷன் பண்றாங்க. அஞ்சு மணிக்குள்ள ஸ்டேஷனுக்கு வரணும்னு. அவ வரலைன்னா அவதான் அக்யூஸ்ட்டுன்னு ஆகிடும். மறுபடி சிக்கலாகிடும். சந்தேகம் வரும்.”

மஜூம்தார் போன் உரையாடலைக் கவனித்தார். “லக்ஷ்மியைக் காணோமா?” என்றார், கவின் போனில் பேசிக்கொண்டிருப்பதையும் பொருட்படுத்தாமல்.

கவின் போனைக் காதிலிருந்து எடுக்காமல் தலையசைத்தான்.

“நான் சொன்னேன்ல?” என்றார் மஜூம்தார்.

24

வினோத், எல்லோரையும்விட அதிகமாக பயந்துபோனான். மற்றவர்களுக்கெல்லாம் 'ஒருவேளை லக்ஷ்மிதான் கொலைகாரியோ' என்ற எண்ணம் மட்டும்தான் எழுந்தது. ஆனால், 'லக்ஷ்மி சிக்கும்வரை ரம்யாவை விடமாட்டார்களே' என்பதுதான் வினோத்தின் அதீத அச்சத்துக்குக் காரணம். அதோடு, இந்தமுறை விசாரணை கடுமையாக இருக்கும். அந்த இன்னொரு ரம்யா வந்து பழிவாங்குவாள் என்ற தயக்கமும் இப்போது விலகிவிட்டது போல இருந்தது. கடந்த இரண்டு வாரங்களாகக் கொலைகள் எதுவும் நடக்கவில்லை.

மஜூம்தார், ராம்சிங் இருவருமே லக்ஷ்மியைத் தீவிரமாக விசாரிக்க வேண்டும் என்பதிலும், அவளை உடனே பிடித்து மொத்த உண்மையையும் கக்கவைக்க வேண்டும் என்பதிலும் கரன்ட் மாதிரி இருந்தார்கள். கைக்கு எட்டிய ஆதாரம் நழுவிப்போனதால் போலீஸ் எரிச்சலில் இருந்தது. ஒரு மாதத்தில் ஏழு கொலைகளைச் செய்துவிட்டு ஒரு பெண் டிமிக்கி கொடுத்துக் கொண்டிருக்கிறாள் என்பதுதான் மக்களுக்குத் தெரியும். அவள் வேற்றுக் கிரகத்திலிருந்து வந்தாளா என்பதெல்லாம் யாருக்கும் தெரியாது. 'என்னடா அவெஞ்சர் பார்த்துட்டு காதுல பூ சுத்துறீங்களா?' என ஃபேஸ்புக்கிலும் ட்விட்டரிலும் கழுவி ஊத்துவார்கள். சோஷியல் மீடியாவில் ஒவ்வொரு கொலைக்கும் காரணம் கேட்டு ஏற்கெனவே கிழித்துக்கொண்டி ருந்தார்கள். நல்லவேளையாக கமல், ரஜினி இருவரும் தனிக்கட்சி ஆரம்பித்து மீம்ஸ் கிரியேட்டர்களின் கவனத்தைத் திருப்பியிருக்கிறார்கள்.

ஹெச்.ராஜா மட்டும் இல்லையென்றால், இந்தக் கொலைக்காகத் தமிழ்நாட்டு போலீஸின் மானம் கப்பல் ஏறியிருக்கும். அவர், அவ்வப்போது எதையாவது சொல்லி அனைவரையும் கவன ஈர்ப்பு செய்துகொண்டிருக்கிறார்.

லக்ஷ்மியைப் பிடிப்பதன் மூலம் மானத்தைக் காப்பாற்றிக்கொள்ள வேண்டும் என்பதில் அதிக அக்கறையுடன் இருந்தது டி.ஜி.பி அலுவலகம். தனிப்படை அமைத்து நகரின் எல்லாப் பகுதிகளிலும் தேட ஆரம்பித்தனர். தேடுதல் வேட்டையில் இறங்கிய எல்லோரிடமும் லக்ஷ்மியின் புகைப்படம் இருந்தது. அவள் தன் குழந்தையுடன்தான் போயிருக்கிறாள் என்பதால், பிடித்துவிட முடியும் என்பதில் போலீஸுக்கு நம்பிக்கை அதிகமாக இருந்தது. ரயில் நிலையங்கள், பஸ் நிலையங்கள், விமான நிலையம் எல்லாவற்றிலும் சாதாரண உடையில் போலீஸ் நடமாட்டம் அதிகம் இருந்தது. வாக்கி டாக்கிகளில் அனைவரும் தொடர்பில் இருந்தனர். டோல்கேட்களில் லக்ஷ்மியின் படம் ஒட்டப்பட்டிருக்க, கட்டணம் வசூலிப்பவர்கள் அனைவரும் ஒவ்வொரு பில்லுக்கு இடையிலும் கார்களில் இருப்பவர்கள்மீது கவனம் செலுத்தினர். குறிப்பாக, பெங்களூரு செல்லும் பஸ்களில் போலீஸார் கூட்டமாக ஏறி திடீர் சோதனைகள் நடத்திக் கொண்டிருந்தனர். ஒசூர் வரை இருந்த எல்லா டோல்கேட்களிலும் கான்ஸ்டபிள்கள் கண்காணிப்பில் ஈடுபட்டனர்.

மாலை முடிந்து இரவும் வேகமாக நகர்ந்து கொண்டிருந்தது. லக்ஷ்மியின் நிலை பற்றி யாருக்குமே எதுவுமே தெரியவில்லை. ஒரு தடயமும் கிடைக்கவில்லை. இத்தனை போலீஸாரும் கண்டுபிடிக்க முடியாத அளவுக்கு எந்த இடத்தில் லக்ஷ்மி இருப்பாள் என வினோத் குழம்பிவிட்டான். சென்னையிலேயே யாருடைய வீட்டிலாவது பதுங்கியிருக்கிறாளா? இவளைச் சந்தேகப்படுவதா, பரிதாபப்படுவதா என முடிவு செய்வதற்கு ஒரு பாக்கெட் சிகரெட் வரை ஊதித் தள்ளிவிட்டான்.

ரம்யா, போலீஸாரிடம் சொன்ன எல்லாத் தகவல்களையும் வினோத்திடமும் சொன்னாள்.

“போலீஸ் மறுபடி வந்து பிடிச்சுட்டுப் போயிடுவாங்களான்னு பயந்துக்கிட்டே இருந்தா... மறுபடியும் ஜெயில்ல போட்டுடப் போறாங்கன்னு பயந்துதான் எங்கயோ போயிட்டா. அவளின் கணவர் வந்து கூட்டிட்டுப் போயிருப்பாரோன்னு எனக்கு டவுட். காலையில எல்லோரும் தூங்கிக் கிட்டு இருந்தபோதே அவ காணாமப் போயிட்டா.”

எத்தனை பேர் எத்தனை முறை கேட்டபோதும் இதையேதான்

ரம்யா சொன்னாள். லக்ஷ்மி அதிகாலையிலேயே கிளம்பிச் சென்றிருக்க வேண்டும் என வினோத் நினைத்தான். சென்னை அவளுக்குச் சுத்தமாகத் தெரியாது. அவளின் கணவரும் அப்படித்தான். போலீஸ் கண்ணில் மண்ணைத் தூவிவிட்டு ஓடி ஒளிந்துகொள்கிற அளவுக்கு அவர்களிடம் சாமர்த்தியமோ, எண்ணமோ இருந்திருக்க நியாயமில்லை.

ஓடி ஓடித் தேடுவதைவிட, யோசித்துத் தேட வேண்டிய அவசியத்தை உணர்ந்திருந்தான் வினோத். லக்ஷ்மி வந்ததிலிருந்து நடந்த அனைத்தையும் முன்னும் பின்னுமாக ஓட்டிப் பார்த்தான். அவள்மீது சந்தேகமே வரவில்லை. அவள் அப்பட்டமான கிராமத்துப் பெண். அவளைச் சந்திக்க யாரும் வரவில்லை. ஒரே ஒரு முறை அவளின் கணவன் அவளிடம் போனில் பேசினான். அப்போதுகூட அவள் எதுவும் பதிலுக்குப் பேசவில்லை. பதிலுக்கு அழ மட்டுமே செய்தாள். வேறு யார்? வேறு யார்?

ஹோட்டலில் எல்லோரும் சாப்பிட்டுக் கொண்டிருந்தபோது, சற்றுத் தள்ளி ஒரு பெண் இவர்களையே பார்த்துக்கொண்டிருந்தது நினைவுக்கு வந்தது. பேப்பரில் பார்த்த முகமாக இருக்கிறதே என அப்போதே வினோத்துக்குத் தோன்றியது. அவள் யதேச்சையாகப் பார்ப்பதாகத் தான் அப்போது நினைத்தான். இப்போது..? சிந்தனை அவன் மூளையைக் கிளறியது. அவள்..? அவள்..? அவளை அதற்கு முன்னர் எங்கேயோ பார்த்திருந்தான். வட்ட முகம். எடுத்ததற்கெல்லாம் புன்னகைக்கும் சுபாவம். ஆனால், அவள் உடனே ஹோட்டலைவிட்டு வெளியேறிவிட்டதுபோல இருந்தது. அவள் யார் என நினைவின் இடுக்குகளில் தூண்டில் போட்டுக் காத்திருந்தான். ஒரு யூகம்தான். ஒருவேளை அவள் யார் என்னத் தெரிந்துவிட்டால், லக்ஷ்மி எங்கே போனாள் என்பது தெரிந்துவிடும். சாதாரணமாக ஹோட்டலில் சாப்பிட வந்துவிட்டுப் போனவளாகவும் இருக்கலாம். வினோத் தூண்டில் வீசிவிட்டு, தொப்பியால் முகத்தை மூடிப் பொறுமையாகக் காத்திருந்தான்.

தன் பயணத் திட்டத்தில் சின்ன மாற்றம் செய்தான் கவின். டெல்லி சென்று பேராசிரியர் ராகுலையும் தீபாவையும் பார்த்துவிட்டு ஜெனீவா செல்வது. அதில் ஒரு நன்மை இருக்கும் என நினைத்தான். அவன் நம்பர் போட்டு எழுதி வைத்திருந்த பல விஷயங்கள் அர்த்தமற்றவை யாகிவிட்டன. டெல்லி ஏர்போர்ட்டில் இறங்கியதும் வழக்கப்படி தீபா கைகுலுக்கி வரவேற்றாள். தீபா, “எந்தப் பக்கம் போனாலும் மடை கட்றாங்களே” என்பதை ஹிந்தியில் சொன்னாள். “என்ன சொல்றே தீபா?” எனத் தமிழில் கேட்டான் கவின்.

“ஸாரி... ஸாரி... இங்கிலீஷ்லயே பேசிக்குவோம்” என வழிக்கு வந்தாள். “இன்னைக்கே போயாகணுமா?” என்றாள்.

“நான் போலீஸ்காரன் இல்ல. ஆனா, ஏதாவது லிங்க் கிடைக்கும். புரொபஸர் சொன்னபடி இருந்தா, குவாண்டம் என்டாங்கல்மென்ட்... அப்படி இப்படினு யோசிச்சேன். எதுவும் நடக்கல. போலீஸுக்கு ஏதாவது க்ளூ கிடைக்கட்டும். அப்புறம் வர்றேன். அதுக்கு முன்னாடி, ராகுல் சாரை இன்னொரு தரம் பார்க்கணும்.”

தீபா புரொபஸர் ராகுலுக்கு போன் போட்டாள். “கொஞ்சம் நேர்ல வர முடியுமாம்மா” என அவரே அழைத்தார். ஏதோ அவசரம் தெரிந்தது.

“சார்... கவினும் வந்திருக்கார். அழைச்சுட்டு வர்றேன்.”

“ரொம்ப நல்லதா போச்சு.”

பேராசிரியரின் குரலில் இருந்த பரபரப்பு ஆச்சர்யமாகத்தான் இருந்தது. மெல்லிய நகைச் சுவை இழையோட நிதானமாகப் பேசக்கூடியவர் அவர். ஐ.ஐ.டி குவாட்டர்ஸில் அவருக்கு அழகான தோட்ட வீடு ஒதுக்கியிருந்தார்கள்.

அவர் வீட்டு வாசலருகே கார் நின்றபோது, தோட்டத்து ஊஞ்சலில் இருந்தபடி, “இங்க வாங்க” எனக் குரல் கொடுத்தார். எதிரே இரண்டு மூங்கில் நாற்காலிகள், நடுவே டீப்பாய், அதிலே ஸ்நாக்ஸ் எனத் தயாராக இருந்தார்.

“ரெண்டு பேரும் வந்தது ரொம்ப சந்தோஷம். அந்த இன்னொரு பொண்ணு சம்பந்தமே இல்லாம இருந்தாள்னு சொன்னாங்க. எனக்கென்னவோ அவ மேல கொலைப் பழியைப் போட்டு கேஸை முடிச்சுடுவாங்களோன்னு யோசனையா இருக்கு.”

நாற்காலியில் அமர்ந்து குஜியா ஸ்வீட்டையும் வறுத்த முந்திரியையும் சுவைக்க ஆரம்பித்தாள். “நீங்களும் சாப்பிடுங்க” என்றார் கவினை நோக்கி.

கவின் சம்பிரதாயமாக ஒரு முந்திரியை எடுத்து வாய்க்குள் எறிந்துவிட்டு, “அவ மறுபடி காணாமப் போயிட்டா. போலீஸ் தீவிரமா தேடிக்கிட்டு இருக்காங்க” என்றான்.

“அவ புள்ளப் பூச்சி. அவ நிச்சயம் கொலை செய்றவ இல்ல.”

“அவ மேல உங்களுக்குக் கொஞ்சமும் சந்தேகம் வரலையா?”

“இல்ல.”

“எனக்கும் இல்ல.” என்றாள் தீபா.

“அது போலீஸுக்கும் தெரிஞ்சாலும் டெம்பரவரியா ஓர் உருவம் தேவையா இருக்கு.”

பேராசிரியர் ஆழ்ந்த பார்வையுடன் நிதானமாகச் சொல்ல ஆரம்பித்தார்.

“நான் இப்ப சொல்லப்போறது உங்களுக்கு ஒருவேளை அதிர்ச்சியா இருக்கலாம். சுசீந்திரன் என்ன சொல்ல வந்தாரோ, அது இதுவாத்தான் இருக்கும்.”

தீபா, கடித்த ஸ்வீட்டை அப்படியே தட்டில் வைத்துவிட்டு, “என்ன சார் சொல்றீங்க?” என்றாள்.

“கொலை நடந்த பாணி. எல்லாரையும் வாய் வழியா உறிஞ்சிக் கொன்னுருக்கா... இது பூமியில இருக்கிற பொண்ணுங்க செய்ற வேலை இல்லை.”

“ஆமா.” கவின் சொல்வதற்கு முன் தீபா சொன்னாள்.

“ஓர் இடத்தில இருந்து இன்னொரு இடத்துக்கு ட்ராவல் பண்றது அவளுக்கு ஈஸி. சென்னையிலிருந்து டெல்லி... டெல்லியிலிருந்து பெங்களூரு... எல்லாமே!”

“எக்ஸாக்ட்லி” என்றான் கவின்.

“இது எதுவுமே மனுஷங்க செய்ற வேலையா தெரியலை. அதுவும் லக்ஷ்மி மாதிரி ஒருத்தி செய்ற வேலையாத் தெரியலை.”

“லக்ஷ்மி கிடைக்கிற வரைக்கும் குவான்டம் என்டாங்கல்மென்ட் தியரியை நம்பினோம். ரம்யாவுடன் பொறந்த அந்த இன்னொரு பொண்ணுகிட்ட அந்த எக்ஸ்ட்ரா பவர் இருக்கும்னு நினைச்சோம். அதுவும் இல்லைனு ஆகிடுச்சே.”

டாக்டர் எதையோ முக்கியமாகச் சொல்ல அவர்களைத் தயார்படுத்துகிறார் எனத் தெரிந்தது. தண்ணீர் குடித்து நிதானப்படுத்தினார். “சுசீந்திரன் அவரது கட்டுரையில எங்கயும் நான் சொல்லப் போறதைச் சொல்லல. ஆனா, அவர் கிட்டத்தட்ட யூகிச்சிருக்கார். அந்தக் கட்டுரையை அவர் ‘பி.யூ’ என சேவ் செஞ்சு வெச்சுருக்கார்.”

“உண்மையிலயே எனக்கு ஒண்ணும் புரியலை சார்!”

“கவின் உனக்குமா?”

“பி.யூ... ‘பேரலல் யூனிவர்ஸ்?” என்றான் சந்தேகமாக.

“ஆமாம்.”

தீபா இரண்டு பேரையும் மிரண்டு போய்ப் பார்த்தாள். இன்னொரு பிரபஞ்சமா?

25

பா இரண்டு பேரையும் பார்த்தாள். பேராசிரியர் ராகுலுக்கு உடம்புதான் பலவீனமே தவிர, முகத்தில் முறுக்குக் கம்பி உறுதி. கவின், அவர் சொல்வதை ஏற்றுக்கொண்டதுபோல நின்றிருந்தான். இவ்வளவு பெரிய அதிர்ச்சியை அவளால் தாங்கமுடியவில்லை. 'பேரலல் யூனிவர்ஸ்' என்பது பிக் பாங் தியரி உருவான காலத்திலிருந்து இருக்கும் ஒரு தியரி. "1,400 கோடி ஆண்டுகளுக்குமுன் இந்தப் பிரபஞ்சம் உருவான அடுத்த மைக்ரோ செகண்டில் இன்னொரு பிரபஞ்சம் உருவானது. அது இணைப் பிரபஞ்சம் மட்டுமல்ல, எதிர் பிரபஞ்சமும்கூட" என்றெல்லாம் சயின்டிஸ்ட்டுகள் சண்டை போட்டுக்கொள்ளும் விவகாரம். இன்னமும் பிக் பாங் சமாசாரத்தையே சில சயின்டிஸ்டுகள் ஏற்றுக்கொள்வது இல்லை என்பது சைடு ட்ராக்.

'உலகம் உருண்டை என்பதையே ஏற்றுக்கொள்ளாத கூட்டமும் இருக்கத்தான் செய்கிறது' என மறுப்பவர்களை ஒதுக்கிவிட்டு பிக் பாங்காரர்கள் வெகுதூரம் வந்துவிட்டார்கள். ஆக, பிக் பாங் தியரி போட்ட குட்டிதான், பேரலல் யூனிவர்ஸ். கொஞ்சம் பயமுறுத்தலான தியரியும்கூட.

"எதைவெச்சு இந்த முடிவுக்கு வந்தீங்க டாக்டர்?" - தீபா கே?ட்டாள்.

"சிம்பிள்மா. ஒரே மாதிரி இன்னொரு பெண். அசாதாரண நடவடிக்கைகள்."

"இது போதுமா?"

"போதுமாவா..? இரண்டு நாளைக்கு ஒரு கொலை என ஏழு கொலைகள் செய்திருக்கிறாள். ஒவ்வொரு தடவையும் அவள் இரவில்தான் வருகிறாள். அல்லது வெளிச்சம் குறைவான இடத்தில். இது போதாதா?"

"இரவிலே வருவது ஒரு முக்கியமான காரணமா?"

"இருக்கலாம். பேரலல் யூனிவர்ஸ் என்பது அப்படியே நம் பிரபஞ்சத்தின் உல்டா. இங்கே பகலிலே உலவுகிறோம். அவள் இரவிலே உலவுகிறாள்."

"சார்... இந்த பேரலல் யூனிவர்ஸ் சமாசாரம் ரொம்ப பயமாக இருக்கிறது. அப்படியானால் என்னைப் போல இன்னொரு தீபா இருப்பாளா?"

"இருக்கிறாள். இதே மாதிரி ஒரு ராகுலும் கவினும் தீபாவும் முந்திரி சாப்பிட்டுக்கொண்டு இதே நேரத்தில் பேசிக்கொண்டிருப்பார்கள் என்பதுதான் இந்த தியரியின் அடிப்படை. இதே போல இன்னொரு இந்தியா, இன்னொரு மோடி, இன்னொரு சூரியன், இன்னொரு மில்கிவே, இன்னொரு கேலக்ஸி... எல்லாமே உண்டு."

"சார்... எல்லாமே இன்னொன்றா?"

"இதேபோல இன்னொரு ரம்யாதான் எப்படியோ இங்கு வந்து சேர்ந்திருக்கிறாள். இதை நம்பினால்தான் எல்லாமே சரியாக வருகிறது. சுசீந்திரன் எப்படியோ இதை யூகித்திருக்கிறார். இதுதான் எல்லாவற்றுக்கும் காரணம்."

கவின், 'போதுமா' என தீபாவைப் பார்த்தான்.

"போலீஸுக்குப் போதாதே?"

"இது செல்போன் மாதிரி விஷயம் அல்ல. எப்படி இயங்குகிறது என பாகம் பிரித்துக் காட்டுவதற்கு. லாஜிக்கலி ப்ரூவ்டு தியரீஸ். ரிலேட்டிவிட்டி தியரியைக் காட்டு எனச் சொல்கிறோமா... புரிந்துகொள்ளவில்லையா? அப்படித்தான்."

"அதற்காக இல்லை சார். சயின்டிஸ்டுகள் விவாதிப்பது வேறு... அது, உலக மக்கள்தொகையில் ஒரு பர்சன்ட்டுக்கும் குறைவானவர்கள் சம்பந்தப்பட்ட விவகாரம். இது கொலை கேஸ். மந்திரி, போலீஸ், புரொபஸர், சாமியார், டாக்டர் எனச் செத்துப் போயிருக்கிறார்கள். பல மாநில போலீஸார் தலையைப் பிய்த்துக்கொண்டு இருக்கிறார்கள். அவர்களிடம் 'பேரலல் தியரி' எனச் சொன்னால் எப்படிப் புரிந்துகொள்வார்கள்?"

"புரிந்துகொள்ள முடியாதது அவர்களின் தவறு."

கவினும் தீபாவும், 'உலகம் எதிர்கொண்டிருக்கும் ஆபத்தை

எப்படி அறிவிப்பது' என்பதில் யோசனையாக இருந்தனர்.

"சார், நம் அறிவியல் சம்மேளனம், செர்ன்..."

"எல்லோருக்கும் நேற்றே மெயில் போட்டுவிட்டேன். யாரும் இந்த ஆபத்தை உணர்ந்தது மாதிரி தெரியவில்லை. நாம் பிரச்னையைச் சொன்னதால் மேற்கொண்டு விவாதிப்பார்கள். பிறகு, விடை தேடுவார்கள். அதுவரை அந்த இன்னொரு ரம்யாவால் என்ன ஆபத்து வரும் எனத் தெரியவில்லை."

"போலீஸுக்கு முதலில் இந்த ஆபத்தைச் சொல்வோம்." கவின் சொன்னான்.

"சுரேந்தர் சிங்கைக் கூப்பிடுங்கள். நானே சொல்கிறேன்!"

"அவர் புரிந்துகொண்டால் மட்டும் போதுமா?"

புரொபஸர் அமைதியாகச் சொன்னார். "ஒருத்தர் புரிந்துகொண்டால், நாம் சொல்வது புரிய ஆரம்பித்துவிட்டது என்றுதான் அர்த்தம்."

"அவர் ஒப்புக்கொண்டபிறகு பிரஸ்மீட் வைப்போமா?"

"நாம் வைக்க வேண்டாம். டெல்லி முதல்வர் அர்விந்த் கெஜ்ரிவால் மூலமாக ஏற்பாடு செய்வோம். தீயாகப் பற்றிக்கொள்ளும்."

தீபா சங்கடமாக நெளிந்தாள். அந்தப் பெரியவருக்கு நிலைமையை எப்படிப் புரியவைப்பது என்று தெரியவில்லை. புரொபஸர் ராகுல், உலகில் உள்ள எல்லோரையும் அவர் லெவலிலேயே பார்ப்பதாகத் தோன்றியது.

"கெஜ்ரிவாலுக்குப் புரிந்துகொள்ள நேரம் இருக்குமா? அரசியல் அழுத்தம் அதிகமாக இருக்குமே?"

கவின், "கெஜ்ரிவால் புரிந்துகொள்வார்" என்றான்.

"எப்படிச் சொல்றீங்க?"

"அவர் கமல் பேசுவதையே புரிந்துகொள்கிறார். பிரில்லியன்ட் மேன்" என்றான்.

"இது ஜோக்கா? ஸ்டேட்மென்ட்டா?"

"தீபா... என்னைப் பத்தி தெரியும். நான் யாரையும் ஹர்ட் பண்ண மாட்டேன். எதையும் மிகைப்படுத்த மாட்டேன். அதாவது... இதற்கு அர்த்தம், 'ஜோக் அடிக்க மாட்டேன்' என்பதுதான்."

ஜோக் அடிக்க மாட்டேன் என்பதை இவ்வளவு சீரியஸாக யாராலும் சொல்ல முடியாது. "கெஜ்ரிவால் மூலமாகவே சொல்லலாம். அதைவிட பெஸ்ட், நாமே மீடியா மூலமாகச் சொல்வது." என்றாள்.

ராகுல், "எப்படியோ பிரச்னையை வெளியே சொல்ல வேண்டும். அப்புறம் எல்லோரும் சேர்ந்துகொள்வார்கள்" என்றார்.

"பிரஸ்மீட்டுக்கு அசிஸ்டென்ட் கமிஷனர் சுரேந்தர் சிங்கை அழைத்துக்கொள்வோம். அவருக்கு இந்தப் பிரச்னையின் போக்கு நன்றாகவே தெரியும்" சொல்லிவிட்டு கவின் இருவரையும் பார்த்தான். இருவரின் முகங்களிலும் 'சரி' என்பதற்கான அறிகுறி தெரிந்தது.

ங்கம்பாக்கம் மருத்துவமனையின் வாகன நிறுத்துமிடத்தில் யோசனையுடன் பைக்கை நிறுத்தினான். நாம் நினைப்பது சரியாக இருக்குமா? சிக்கை அவிழ்க்க ஏதோ ஒரு நூல் முனையை இழுப்பதுபோல இழுத்துப் பார்த்தான். அந்த ரம்யாவால் டாக்டர் குமரேசன் கொல்லப்பட்ட மருத்துவமனை அது. பிரமாண்ட கண்ணாடி வாசலைக் கடந்து உள்ளே கவனித்தான். ரிசப்ஷனில் பார்த்தான். வட்ட முகத்துடன் அதே பெண். அவன் நினைத்தது சரிதான். 'அப்பாடா' என்றது மனம். ஹோட்டலில் பார்த்த அதே பெண். எதிரில் போய் நின்றபோது, "நேம் சொல்லுங்க சார்" என்றாள் ஏறிட்டுப் பார்க்காமலேயே.

வினோத் அமைதியாக இருந்தான்.

"யாரைப் பார்க்கணும் சார்?" என்றபடி நிமிர்ந்தவளின் முகத்தில் சட்டெனத் தோன்றி மறைந்த அதிர்ச்சியைக் கவனித்தான். அவள் வேகமாக முகத்தை இறுக்கமாக்கி, அடுத்து சொன்னது நாடகத்தனமாக இருந்தது. "என்ன வேணும் உங்களுக்கு?"

வினோத் அசரவில்லை. அவளை (உளவு) பார்த்தான்.

"என்ன வேணும்?" இந்த முறை குரலில் இருந்த மிடுக்கு, முகத்தில் குறைந்துவிட்டது.

"லக்ஷ்மி வேணும்."

அவள் திடுக்கிட்டது துல்லியமாகத் தெரிந்தது. "அப்பிடி யாரும் இங்க இல்ல" என்றாள்.

"ரெண்டு நாள் முன்னாடி உங்களை ஹோட்டல்ல பார்த்தேன். நீங்க லக்ஷ்மியைக் கவனிச்சதை நான் பார்த்தேன்."

"எந்த லக்ஷ்மி? எந்த ஹோட்டல்?"

அவள் எதையோ அவசரமாக மறைக்க நினைத்தது வினோத்துக்குப் புரிந்தது. ஹோட்டலில் பார்த்ததையே மறுத்தாள். நூல் சிக்கு சற்றே இலகுவதுபோல இருந்தது.

"உண்மையைச் சொல்லலைன்னா போலீஸ் வந்து கவனிக்க

வேண்டியிருக்கும்.”

“சார்... நீங்க சொல்றது என்னன்னே புரியலை.”

“லக்ஷ்மியை எங்க வெச்சிருக்கீங்க?”

ஒரு மாதிரி மையமாகவே மிரட்டிக் கொண்டி ருந்தான். அவள் இன்டர்காமில் யாரிடமோ அபயம் கோருவதைக் கவனித்தான்.

“எல்லாம் தெரிஞ்சுடுச்சு... உண்மையைச் சொல்லிட்டீங்கன்னா நல்லது.” வினோத் தைரியமாக அடுத்தடுத்து அஸ்திரங்களைப் பிரயோகித்தான்.

அவள் வினோத்தையே பார்த்தபடி இருந்தாள். அதாவது, வினோத்துக்குப் பின்னால் இருந்த யாரையோ பார்க்கிறாள் என்பது பின்னர்தான் புரிந்தது. ஆனால், புரிந்துகொள்வதில் ஏற்பட்ட நொடி நேர தாமதமே, பின்னால் நின்றிருந்த ஜிம் பாய்க்குச் சாதகமாகிவிட்டது. தன் பாக்கெட்டில் வைத்திருந்த கர்சீப்பை எடுத்து வினோத்தின் முகத்தில் வைத்து அழுத்திப் பிரியமாகத் தன் தோளில் சாய்த்துக்கொண்டான் அந்த ஜிம் பாய். கர்சீப்பில் இருந்த குளோரோஃபார்ம் மெல்ல வினோத்தின் கண்களைச் சொருக வைத்தது. எதிரில் இருந்த ரிசப்ஷன் பெண்ணின் முகம் தெரியவில்லை. எல்லாமே இருட்டாக மாறிவிட்டது.

வினோத் அப்படியே அந்த ஜிம் பாய்மீது சாய்ந்தான். அவன் அப்படியே வினோத்தைத் தூக்கிக்கொண்டுபோய் ஓர் அறையில் சோபாவில் போட்டான்.

அந்த அறை குளிரூட்டப்பட்டிருந்தது. மந்தமான வெளிச்சம். அந்த ஜிம் பாய் அவசரமாக ஏதோ எண்ணை அழுத்தி, “சார், அந்தப் பொண்ணைத் தேடி ஒருத்தன் வந்திருக்கான். இல்லை... மயக்கத்தில இருக்கான்” என்றான்.

மறுமுனையில் சொன்ன வார்த்தைக்கு இணக்கமாக, “சரி சார். வாங்க” என்றான். வினோத் கிடத்தப்பட்ட சோபாவுக்குச் சற்றுத்தள்ளி ஒரு நாற்காலியில் லக்ஷ்மி அமர்ந்திருந்தாள். வாயில் ஆஸ்பத்திரி டர்க்கி டவலை வைத்து அடைத்திருந்தார்கள். கட்டப்பட்டிருந்தாள். குழந்தை, அருகே ஒரு தொட்டிலில் அயர்ந்து தூங்கிக்கொண்டிருந்தது.

26

சர்வதேசப் பத்திரிகையாளர்கள் குழுமியிருந்தனர். ஆங்கிலத்திலும் இந்தியிலுமாகக் கேள்விகள் சலசலத்தன. லைவ் டெலிகாஸ்ட், பிரேக்கிங் நியூஸ் என ஒரே அலப்பறையாக இருந்தது. இந்திய அறிவியல் கழகம், ஐஐடி பேராசிரியர்கள், நடுநாயகமாகப் பேராசிரியர் ராகுல், அவருக்கு அருகே டெல்லி போலீஸ் கமிஷனர் என மேசை தடுப்புக்கு மறுபக்கம் அதிகம் பேர் இருந்தனர். எதிர்ப்புறத்தில் அதைவிட அதிகம் பேர், ஊடகத்தினர். எல்லா சானல் மைக்குகளும் ஒன்றோடு ஒன்று இடித்தபடி இடமின்றி தவித்தன. அத்தனை தலைகள், அத்தனை கேமராக்கள், போட்டோகிராபர்கள் என முட்டி மோதின. கேள்விகளின் மோதலும் அதிகமாக இருந்தது.

சிஎன்என் சானல் நிருபர், "இது பேரலல் யூனிவர்ஸ் சம்பந்தமான பிரஸ்மீட் என்றார்களே, உண்மைதானா?" எனத் துள்ளத்துடிக்க ஒரு கேள்வியைக் கேட்டான்.

எப்படித்தான் மோப்பம் பிடிக்கிறார்களோ... ஆனால், ராகுலுக்கு இப்படிக் கேள்வியை ஆரம்பித்ததால், பிரச்னை இலகுவாகி விட்டதாக நினைத்தார். அவர் ஏதோ சொல்ல வாய் எடுப்பதற்குள், "நடந்த ஏழு கொலைகளுக்கும் இந்த பிரஸ் மீட்டுக்கும் தொடர்பு இருக்கிறதா?" என்றார் ஒரு உ.பி நியூஸ் நிருபர்.

இந்த முறை கமிஷனர் "இருக்கிறது" என்றார்.

"கொலை கேஸுக்கு எதற்கு இத்தனை சயின்டிஸ்ட்டுகள் வந்திருக்கிறார்கள்?" இது மராட்டி மினிட்ஸ் நிருபர்.

“இதில் கொஞ்சம் க்ரைம், கொஞ்சம் சயின்ஸ் எல்லாம் கலந்திருக்கிறது. என்ன நடந்தது என முதலில் ஒரு ரவுண்டு நாங்கள் சொன்னபிறகு நீங்கள் கேள்வி கேட்கலாம். அதுதான் நன்றாக இருக்கும்” என்றார் கமிஷனர். சலசலப்பு அடங்க கொஞ்ச நேரம் ஆனது. நிருபர்களே, “சைலன்ஸ்... சைலன்ஸ்” எனக் கொஞ்ச நேரம் கத்திக்கொண்டிருந்தனர். ஒரு வழியாக நிதானத்துக்கு வந்தமாதிரி இருந்த நேரத்தில், கமிஷனர் ஆரம்பித்தார்.

“சென்னையை அடிப்படையாக வைத்து இந்தக் கொலைகள் நடந்திருந்தாலும், இது பிரபஞ்சத்துக்கே அச்சுறுத்தலான விஷயம். சென்னையில் ஒரு பாரில் முதன்முதலாக ஒரு கொலை நடந்தது. ஒரு பணக்கார வீட்டுப் பையன்... நிமோஷ் எனப் பெயர். கொல்லப்பட்டான். அடுத்து டாக்டர் குமரேசன். அப்புறம், கர்நாடகாவில் ஒரு ஆசிரமத்தின் குரு கொல்லப்பட்டார். அந்த ஆசிரமத்தில் சில பாலியல் முறைகேடுகள் நடந்திருக்கின்றன. அதில் பாதிக்கப் பட்ட பெண் ஹாசினி. அந்த ஆசிரமத்தில் பாலியல் வன்முறை செய்யப்பட்டுக் கொல்லப் பட்டவள். அவளின் தோழி ரம்யாதான் பழி தீர்ப்பதற்காக இந்தக் கொலைகளைச் செய்தாள் என முதலில் சந்தேகப் பட்டோம். நிமோஷ், டாக்டர் குமரேசன், ஆசிரம குரு, அமைச்சர் சுப்பிரமணி ஆகியோர் கொலைகள் வரை இது சரியாகத்தான் இருந்தது. அவர்கள், இந்தப் பாலியல் வன்முறையில் சம்பந்தப்பட்டவர்கள். நடுவில் சயின்டிஸ்ட் சுசீந்திரன், மெரினா பீச்சில் கொல்லப்பட்ட ஜஸ்டின் ஆகியோரின் கொலைகளுக்குத் தொடர்பு கிடைக்கவில்லை. ஆனாலும், ரம்யாவைக் கைதுசெய்து விசாரித்து வந்தோம். இந்த நேரத்தில், ரம்யாவை விசாரித்துவந்த டி.எஸ்.பி ராஜேஸ்வரி கொல்லப்பட்டார். ரம்யா ஜெயிலில் இருந்தபோது ராஜேஸ்வரி கொல்லப்பட்டது ஒரு திருப்புமுனை. ‘ரம்யா இல்லாமல் வேறு யாரோ கொல்கிறார்கள்’... அல்லது ‘ரம்யாவும் வேறு சிலரும் கொல்கிறார்கள்’ என்றெல்லாம் யோசித்தோம். நடந்த கொலைகள் எல்லாமே ஒரே மாதிரியானவை. வாய் வழியாக ரத்தத்தை உறிஞ்சிக் கொல்வது. இது அசாதாரணமானது. ஒரு பெண்ணால் அப்படி உறிஞ்சி ஒருவரைக் கொன்றுவிட முடியாது. அதீதமான சக்தி என்பது புரிந்தது. சமயத்தில் மோகினி பிசாசு என்றெல்லாம் நினைத்தோம்.”

“இப்போது கேள்வி கேட்கலாமா?”

“முழுவதையும் சொன்னபிறகு கேட்டால்தான் சரியாக இருக்கும்...” கமிஷனர் கேள்விக்கு இடம் கொடுக்காமல் தொடர்ந்தார். “மெரினா பீச்சில் ஜஸ்டின் கொல்லப்பட்டது ஒரு முக்கியமான கேள்வியை எழுப்பியது. அவன் செல்போன் திருடன். அவன்

வைத்திருந்த செல்போன்களுக்கு இடையே ஒரே பெண்ணின் இரண்டு தலைமுடிகள் இருந்தன. ஒன்று, அந்தப் பெண் போதையில் இருந்தபோது எடுத்த முடி. இன்னொன்று, போதை இல்லாமல் இருந்தபோது எடுத்தது. தலைமுடியில் ஆல்கஹால் கன்டென்ட் இருந்தால் ஒரு வாரம் வரைக்கும் அதன் சாம்பிள் இருக்கும். ரம்யாதான் கொலைகாரி என்றால், அவளுடைய செல்போனைத் திருடியபோது ஒரு முடி சிக்கியிருக்க வேண்டும். அப்போது அவள் போதையில் இருந்திருக்க வேண்டும். ஒரு வாரத்துக்குப் பின்னால் அன்று பீச்சில் இருந்தபோது ஜஸ்டின் இன்னொரு செல்போனைத் திருடியிருக்கிறான். அப்போது இன்னொரு தலைமுடி சிக்கியிருக்க வேண்டும்...”

ஒரு நிருபர் அடக்க மாட்டாமல் எழுந்து, “அது எப்படி ஒவ்வொரு முறையும் ஒவ்வொரு முடி. அதுவும் ஒரு வாரமாக அவன் பாக்கெட்டிலேயே இருக்க முடியும்?” என்றார்.

கமிஷனர், “அதனால்தான் இடையில் கேள்விகள் வேண்டாம் என்றேன். இப்படி நிறையக் கேள்விகள் எங்களுக்கும் இருந்தன. பிறகுதான், ரம்யாவுக்குக் குடிக்கிற பழக்கமே இல்லை என்பதை உறுதிப் படுத்தினோம். ஒரே பெண்ணின் இரண்டு தலைமுடிகளில் ஒன்றில் ஆல்கஹாலும், இன்னொன்றில் ஆல்கஹால் இல்லாமலும் இருப்பதற்கு ஒரு வாய்ப்பு இருந்தது. ரம்யா இரட்டைப் பிறவியாக இருந்தால் ஒரே ஜீன் அமைப்புகள் இருக்கும் என்பது ஒரே ஒரு வாய்ப்பு. அப்படி இரட்டைப் பிறவியாகப் பிறந்தவள் என்பது ரம்யாவுக்கே தெரியாமல் இருந்தது. ரம்யாவுடன் பிறந்த இன்னொருத்தி கர்நாடகாவின் ஹாசனில் இருப்பதைக் கண்டு பிடித்தோம். அப்போது, எல்லா பிரச்னைகளும் முடிவுக்கு வந்துவிட்டதாக நினைத்தோம். இந்த எல்லாக் கொலைகளுக்கும் அவள்தான் காரணம் என நினைத்தோம். ஆனால்...” என எதிரில் இருந்த தண்ணீர் பாட்டிலை எடுத்துத் தொண்டையை நனைத்துக் கொண்டார். கொஞ்சம் புரிகிற மாதிரி சொல்லிவிட்ட திருப்தி இருந்தது.

“ஆனால்... ரம்யாவுடன் பிறந்த அந்த இன்னொரு பெண்ணான லக்ஷ்மி சாதாரணப் பெண். கிராமத்து விவசாயி. படிப்பறிவோ, உலக ஞானமோ இல்லாதவள். ஒரு குழந்தைக்குத் தாய். அவள் 15 நாள்களுக்குள் இத்தனை நகரங்களில் சுழன்று ஏழு கொலைகளைச் செய்திருக்க வாய்ப்பே இல்லை. மேலும், அவளுக்குக் கொல்வதற்கான காரணம் எதுவும் இல்லை. டெல்லியை அவள் மேப்பில்கூட பார்த்ததில்லை. சொந்த கிராமத்தைவிட்டு எங்கும் செல்லாதவள். இந்த நேரத்தில்தான், இடையில் சம்பந்தமில்லாமல் விஞ்ஞானி சுசீந்திரன் கொலையானது, விநோதமாக இருந்தது.

அவரது முக்கியமான கண்டுபிடிப்பு ஒன்று காணாமல் போயிருந்தது. அது, அவர் எழுதிய ஒரு கட்டுரை."

கமிஷனர் பேச்சை நிறுத்தி, "இனிமே சயின்டிஸ்ட் யாராவது சொன்னாத்தான் சரியா இருக்கும்" என்றபடி ராகுலைப் பார்த்தார். பேராசிரியர், தான் தயாராக இருப்பதை உணர்த்தி, சற்றே முன் நகர்ந்து அமர்ந்தார்.

"என்னால் கமிஷனர் அளவுக்குக் கோவையாகப் பேச முடியுமான்னு தெரியவில்லை. ட்ரை பண்றேன். சுசீந்திரன் எழுதியிருந்தது பேரலல் யூனிவர்ஸ் பத்தித் தான்னு எங்களுக்கே கடைசியாத்தான் தெரிஞ்சது. பேரலல் யூனிவர்ஸ்ங்கிறது இப்ப நம்ம பிரபஞ்சம் இருக்கில்லையா... அதே போல இன்னொரு பிரபஞ்சம் இருக்குன்னு சொல்ற தியரி. பிக் பாங் மூலமாக நம் பிரபஞ்சம் உண்டானபோதே அந்தப் பிரபஞ்சமும் உருவானது. அது... அது..." ராகுல் எங்கோ வெறித்துப் பார்த்தபடி உளறினார்.

"அதோ அந்தப் பொண்ணுதான்... அதுதான் பேரலல் யூனிவர்ஸ் பொண்ணு" என ஊடகத்துறையினர் கூட்டத்தில் ஒரு பெண்ணைக் காட்டினார். "யார்... யார்..." என எல்லோரும் பதறி அவர் காட்டிய திசையைப் பார்க்க, அந்தப் பெண் கேமராக்களுக்கு நடுவே மறைந்து, சட்டென காணாமல் போனாள்.

கமிஷனர், "கொஞ்சம் கோ ஆப்பரேட் பண்ணுங்க. இந்தக் கூட்டத்தில் உங்களுக்குத் தெரியாம யாராவது இருக்காங்களான்னு ஒவ்வொருத்தரும் 'செக்' பண்ணுங்க" என்றார். ஆனால், ரம்யா போல இருந்த அந்தப் பெண் அங்கே இருந்து சுத்தமாகக் காணாமல் போயிருந்தாள். கூச்சலும் குழப்பமும் மட்டுமே அங்கே மிச்சமிருந்தது.

னோத்தைக் காணவில்லை என அறிந்ததும், உடனே சுதாரித்தான் ராமநாதன். குமரேசன் மருத்துவமனைக்குப் போவதாக ஒரே ஒரு குறுஞ்செய்தி அனுப்பியிருந்தான் வினோத். அதன் பிறகு, வினோத்தின் போன் சுவிட்ச்ஆஃப் நிலையில் இருந்தது. இப்படி ஒரு நாள் முழுக்க ஆஃப் ஆகிக்கிடக்க வாய்ப்பே இல்லை.

வினோத்தின் ஆபீஸுக்குப் போன் செய்து பார்த்தான்.

"வரவில்லை."

ரம்யாவுக்குப் போன் செய்தான்.

"தெரியவில்லை."

என்னவோ நிகழ்ந்திருக்கிறது. அந்த ஆஸ்பத்திரிக்கு விரைந்தான். நீண்ட பார்க்கிங். நிதானமாக ஆராய்ந்தபோது, அங்கே வினோத்தின்

பைக் நின்றிருந்தது. சீட்டைத் தொட்டுப் பார்த்தான். ஒரு நாள் இருந்ததற்கான தூசு படிந்து கிடந்தது. இங்கே வந்து வண்டியை நிறுத்திவிட்டு எங்காவது போனானா? அல்லது இங்கேதான் இருக்கிறானா? அவனது போனுக்கு என்ன ஆனது? அவனுக்கு என்ன ஆனது?

யோசனையுடன் உள்ளே ரிசப்ஷனிஸ்டிடம் சென்று, "இங்கே வினோத்னு ஒருத்தர் வந்தாரா?" எனக் கேட்டான்.

"எந்த வினோத்?" என்றவள், உடனே "இல்லை" என்றாள். 'எந்த வினோத்'துக்கும் 'இல்லை'க்கும் தொடர்பு தெரிந்தது. "அப்படீன்னா உங்களுக்கு எந்த வினோத்னு தெரிஞ்சிருக்கு" என்றான்.

"எந்த வினோத்தும் இங்க இல்ல. அதான் அப்படிச் சொன்னேன்."

"லக்ஷ்மினு யாராவது இங்கே வந்தாங்களா?" என்றான்.

அவள் இன்டர்காமை எடுத்தாள்.

27

ந்த ரிசப்ஷனிஸ்ட் இன்டர்காமை எடுத்த பாவனையில் சற்றே உஷாரானான் ராமநாதன். 'யாரையோ அழைக்கப் போகிறாள்... அது செக்யூரிட்டியா, இவளுக்கு சீஃப் பொறுப்பில் இருக்கிற இன்னொரு பெண்ணா, பெரிய டாக்டரா, அடியாளா அல்லது வினோத்தா?'

யாருடைய வருகையையோ கவனமாக எதிர்பார்த்தான். ஆறு அடிக்குக் குறைவில்லாத ஓங்குதாங்கான உயரத்தில் குண்டாக ஒருவன் விறைப்பாகவும் வேகமாகவும் தன்னை நெருங்குவது தெரிந்தது. ராமநாதன் ஆயத்த மானான். அந்த குண்டனின் அசைவுகள் தன்னை நோக்கியதாக இருப்பதை முழுமையாக உணர்ந்தான். அவன் அருகில் வந்து நின்று கொண்டு, பாக்கெட்டில் கைவிட்டு எதையோ எடுக்கவிருப்பதைக் கவனித்தான் ராமநாதன். எதையோ யூகித்து, ரிசப்ஷனிஸ்ட் பெண்ணைக் கவனித்தான். அவளும் ஏதோ நடக்கப் போவதை எதிர்பார்ப்பது புரிந்தது. கண்ணிமைக்கும் நேரத்தில் அந்த ஜிம் பாயின் வயிற்றில் ஓங்கி ஒரு குத்துவிட்டான் ராமநாதன். அவன் நிலைதடுமாறிக் கீழே விழுந்தான். 'எப்படியும் அவன் எழுந்திருக்க ஐந்து நொடிகள் ஆகும், அது தனக்குப் போதும்' என்பதைப் புரிந்துகொண்ட ராமநாதன், ஒரே ஓட்டமாக வாசலை நெருங்கினான். ஓடும்போதே, "போலீஸுடன் வர்றேண்டா" என அச்சுறுத்தவும் தவறவில்லை. கீழே விழுந்த குண்டன், "செக்யூரிட்டி... அவனைப் பிடி" எனக் கத்தினான்.

ஏதோ திருடிவிட்டு ஓடுபவன் என்பதுபோல ராமநாதனைப்

புரிந்துகொண்ட செக்யூரிட்டி, ஓடிவந்து பின்பக்கமாக இறுக்கினான். "டேய், விடுடா... இந்த ஆஸ்பத்திரியில ஏதோ மர்மம் இருக்கு. இங்க என்னமோ நடக்குது" எனக் கத்தியபடி ராமநாதன் திமிறினான். அதனால் செக்யூரிட்டியும் அவனும் சேர்ந்தே கீழே விழுந்தனர். அதற்குள் அந்த குண்டன், ராமநாதனை நெருங்கிவந்து காலரைப் பிடித்து இழுத்து நிறுத்தினான். "விடுடா... விடுடா..." எனக் கதறக் கதற அவனைக் கழுத்தில் கைவைத்து இழுத்துச் சென்றான். 'ஹாஸ்பிடலில் ஏதோ தகராறு செய்ய வந்தவனையோ, திருடிய வனையோ தண்டிக்க அழைத்துச் செல்கிறார்கள் போல' என எல்லோரும் பார்த்துக்கொண்டிருக்க... ராமநாதனை அதே அறையில் இழுத்துப்போய் இன்னொரு நாற்காலியில் பிணைத்தான் அந்த குண்டன்.

வினோத், லக்ஷ்மி என இருவருமே அங்கு அடைத்து வைக்கப்பட்டிருப்பதைப் பார்த்து உண்மையிலேயே ராமநாதனுக்கு ஒன்றுமே புரியவில்லை.

"எதுக்கு இவங்களை அடைச்சு வெச்சிருக்கீங்க இங்க?" என்றான் ராமநாதன். லக்ஷ்மி பயத்தில் அழுதபடி இருந்தாள். வினோத், "நானும் நேத்திலருந்து அதைத்தான் கேக்கிறேன்... ஒண்ணும் சொல்ல மாட்டேங்கிறாங்க. வேளா வேளைக்கு சாப்பாடு போடறாங்க. ரெஸ்ட் ரூம் போகணும்னு சொன்னா, ஜிம் பாய் பாதுகாப்போட அவுத்துவிடறாங்க... ஒண்ணும் தெரிய மாட்டேங்குது" என்றான்.

"இப்ப புரிஞ்சிடும்." என்றான் ஜிம்பாய். "சீஃப் டாக்டர் வந்து சொல்வாரு."

"என்னது, சீஃப் டாக்டரா? அவர்தான் செத்துட்டாரே!"

"உஷ்!"

அதற்கு மேல் ராமநாதன் பேசவில்லை.

ஜிம் பாய் சொன்னபடியே ஒருவர் வந்தார். அவர் டாக்டர் மாதிரி இல்லை. நகைக்கடை அதிபர் போல இருந்தார். லக்ஷ்மியைப் பார்த்தார்... "இவளா?" என்றார் ஜிம் பாயிடம். அவன் தலையசைத்தான். "இவங்க யார்?" என்றார் வினோத்தையும் ராமநாதனையும் பார்த்து.

"இந்தப் பொண்ணைத் தேடி வந்தவங்க."

"எதுக்குடா தேடி வந்தீங்க?"

வினோத், "இந்தப் பொண்ணை நீங்க ஏன் அடைச்சு வெச்சிருக்கீங்கன்னு தெரிஞ்சுக்கத்தான் நாங்க தேடி வந்தோம்" என்றான்.

“என் அண்ணனைக் கொன்னது இவதான்னு சொன்னாங்க. அப்புறம் இவ இல்லைனு ரிலீஸ் பண்ணிட்டாங்க. எங்களுக்கு இவ மேல டவுட். அதனாலதான் இங்க அடைச்சுவெச்சுக் கண்காணிக்கச் சொல்லியிருக்கேன்.”

“சார்... சொன்னா கேளுங்க. இவ அப்பாவி. கர்நாடகாவுல தக்காளி பயிர் செஞ்சு சாப்பிடற சாதாரண பொண்ணு. தெரியாம இவளை அரெஸ்ட் பண்ணிட்டாங்க... அதனாலதான் அப்பவே ரிலீஸ் பண்ணி அனுப்பிவெச்சுட்டாங்க.”

“நீ யாரு?”

“நான் அட்வகேட்...”

“யாருக்கு?”

“இந்தப் பொண்ணோட அக்காவுக்கு... அவங்களுக்கும் இந்தக் கொலையில சம்பந்தம் இல்லனு ப்ரூவ் ஆகிடுச்சு.”

“அப்ப என் அண்ணனைக் கொன்னது யாரு? அந்தப் பொண்ணு கிடைக்கிறவரைக்கும் இவளைவிட மாட்டோம். உங்களையும்தான்” எனக் கோபமாகச் சொல்லிவிட்டுக் கதவை நோக்கி நகர்ந்தார் அந்த நபர். டாக்டர் குமரேசனை போட்டோஷாப்பில் கொடுத்துக் கொஞ்சமாக மாற்றம் செய்த மாதிரி இருந்தார். “சார்... இது தப்பு. நீங்க செய்யறது சட்டவிரோதம்” என ராமநாதன் கத்தியதை அவர் காதில் வாங்கவே இல்லை.

அந்தநேரத்தில், திடீரென கதவு தானாகத் திறந்து... இவ்வளவு நாளும் கண்ணாமூச்சி காட்டிக்கொண்டிருந்த அந்த வேற்றுகிரக ரம்யா சர்வ இயல்பாக உள்ளே வந்தாள். வினோத்துக்கும் ராமநாதனுக்கும் ‘அடுத்து ரத்தம் கக்கப் போவது அந்தத் தம்பி டாக்டர்தான்’ எனத் தெளிவாகத் தெரிந்தது. அவள் நிதானமாக அந்த இடத்தை ஒருமுறை கண்களைச் சுழலவிட்டுக் கவனித்தாள். கண்ணிமைக்கும் நேரத்தில் அந்த ஜிம் பாயின் ஸ்பைக் தலைமுடியைப் பிடித்து அவனை அசையவிடாமல் நிறுத்தி, அதே வேகத்தில் அந்தத் தம்பி டாக்டரை இழுத்தாள். இருவரையும் அங்கிருந்த ஜன்னல் திரைச் சீலையால் சேர்த்துக் கட்டினாள். அவர் ஏதோ கத்த முயற்சி செய்வதையும் அவதானித்து, திரைச் சீலையின் இன்னொரு பகுதியால் அவர்கள் வாயில் அடைத்தாள். அவர்களை, சுருட்டிய பாய் போல உருட்டிவிட்டவள், மற்ற மூவரையும் பார்த்தாள். வினோத்தை அடையாளம் கண்டதுபோல அவனை நெருங்கி வந்தாள். நாற்காலியுடன் கட்டப்பட்ட நிலையிலும் அவன் எழுந்திருக்க முயன்று, முடியாமல் அச்சம் காட்டினான். அவள், அவன் முகத்தருகே வந்து ‘ரத்தம் குடிக்கப்போகிறாளோ’ என அச்சத்தின் உச்சத்தில் இருந்தபோது, அவனது கைக் கட்டுகளை

அவிழ்த்துவிட்டாள். வினோத் மெல்ல எழுந்து நின்றான். "தேங்க்ஸ்" என்றான்.

வேற்று மாநிலம்... வேற்றுகிரகம்... எல்லாவற்றுக்கும் ஆங்கிலம்தான்.

அவள் தன் லெதர் ஜெர்கின் ஆடையின் மார்புப் பகுதியில் கையை நுழைத்து ஒரு பேப்பரை எடுத்து நீட்டினாள். அது, வியர்வை ஈரம் எதுவும் இல்லாமல் சூடாக இருந்தது.

ற்றே குழப்பத்துக்குப் பிறகு கொஞ்சம் பாதுகாப்பு ஏற்பாடுகளைப் பலப்படுத்தி மீண்டும் பிரஸ் மீட்டைத் தொடர்ந்தார் டெல்லி கமிஷனர்.

"சார், இங்க என்ன நடக்குது? வந்தது அந்த பேரலல் யூனிவர்ஸ பொண்ணுன்னு சொல்றீங்களா?" எல்லா நிருபர்களும் ஒரே குரலில் கேட்டனர்.

பேராசிரியர் ராகுல் அமைதியாக இருந்தார். "அது என் பிரமை என்றே இருக்கட்டும்... கேள்வி கேளுங்கள்" என்றார்.

"சிம்பிளா சொல்லுங்க சார்... பேரலல் யூனிவர்ஸ்னா என்ன?"

"இங்கு எத்தனை பேருக்கு விஸ்வாமித்திரர் கதை தெரியும்?"

"புராணங்களில் வருகிற ரிஷி?"

"'ஆமாம்."

"அவருக்கும் இந்த பேரலல் யூனிவர்ஸுக்கும் என்ன சம்பந்தம்?"

"சிம்பிளா புரியவைக்கச் சொன்னீர்களே... அதற்காகக் கேட்டேன். கடவுள்மீது கோபம் கொண்டு விஸ்வாமித்திரர், இதே போல இன்னொரு பிரபஞ்சத்தைப் படைத்தார் என்பது புராணக்கதை. உலகில் ஒன்று போலவே இன்னொன்று இருப்பதற்கு அவர்தான் காரணம் என்பார்கள். புலி போலவே பூனை, நரி போலவே நாய், காக்கை போல அண்டங்காக்கை... இப்படியெல்லாம் அவர் படைத்த உலகம்தான் திரிசங்கு சொர்க்கம்."

நானே கடவுள் என்ற ஆணவத்தில் விஸ்வாமித்திரர் இன்னொரு உலகத்தைப் படைத்ததாகச் சொல்லப்பட்டது சிலருக்கு நினைவிருந்தது.

"திரிசங்கு சொர்க்கம்தான் பேரலல் யூனிவர்ஸா?"

"அந்த மாதிரின்னு சொல்ல வந்தேன். இது உதாரணம் மட்டும் தான்... நம்ம வேதத்திலேயே எல்லாம் இருக்கு என ஆரம்பித்துவிடப் போகிறார்கள்."

"பக்கத்தில்தான் பி.ஜே.பி ஆபீஸ். எப்படியும் அவங்க காதில்

விழுந்திருக்கும்" எனச் சிரித்தார் ஒரு நிருபர்.

"திரிசங்கு அளவுக்கு இது ஈஸி மேட்டர் இல்லை. அந்த யூனிவர்ஸ் நமது போட்டோ காப்பி போல இருக்கலாம் என்பது அறிவியலாளர்கள் கணிப்பு. இதே மாதிரி ஒரு பிரஸ் மீட் அங்கே இப்போ நடக்கலாம் என்கிற அளவுக்கு..."

"அப்படின்னா... இங்க ஒரு ரம்யா வந்த மாதிரி, இங்க இருந்து அங்க யாராவது போயிருக்க வேண்டும், இல்லையா?" - லாஜிக்கான கேள்வி கேட்டான் ஸ்டார் டி.வி ரிப்போர்ட்டர்.

ராகுல் சந்தோஷமாகச் சிரித்தார். "இருக்கலாம்." சற்று இடைவெளி விட்டுத் தொடர்ந்தார். "விசும்பு என நாம் சொல்கிற இந்த வெளியில் சில துளைகள் இருப்பதாக விஞ்ஞானிகள் சொல்வார்கள். அதாவது, காலத்தில் விழுந்த ஓட்டை. இந்த ஓட்டையில் நுழைந்தால் வேறு வேகத்தில் வேறு ஓர் இடத்தில் பிரவேசிக்க முடியும். டைம் மெஷின் சினிமா எல்லாம் பார்த்திருப்பீர்களே?"

"வார்ம் ஹோல்.. அதன் வழியாகப் பிரவேசிப்பது எப்படிச் சாத்தியம்?"

"செர்ன் அமைப்பில் நிகழ்ந்த கடவுள் துகள் ஆராய்ச்சியில் வெளிப்பட்ட மிகச் சிறிய பார்ட்டிகிள்... அதுதான் இந்த இரண்டு பிரபஞ்சங்களையும் இணைத்திருக்க வேண்டும். அந்த வார்ம் ஹோல் வழியாகப் பிரவேசித்த பார்ட்டிகிள் அதுதான். அந்தக் கடவுள் துகள். அது பேரலல் யூனிவர்ஸில் ஏதோ பாதிப்பை ஏற்படுத்தி..."

"இது யூகமா, நம்பிக்கையா, நிஜமா?" தெளிவாகக் கேட்டார் ஓர் அமெரிக்க நிருபர்.

"இப்போதைக்கு மூன்றும்தான். உலக விஞ்ஞானிகள் கவனத்துக்கு இது போக வேண்டும் என்பதற்காகத்தான் இந்தக் கூட்டத்துக்கு ஏற்பாடு செய்தோம். விஞ்ஞானிகள் விளக்கத்துக்குப் பிறகு, நீங்கள் கேட்ட மூன்றில் முதல் இரண்டு இருக்காது. மூன்றாவது மட்டும் மிஞ்சும்."

கமிஷனருக்கு ஏதோ அவசர போன். கூட்டத்திலிருந்து விலகி, பரபரப்பாகப் பேசிவிட்டு வந்தார். அவருக்கு வியர்த்திருந்தது. கமிஷனர் மெல்ல ராகுலின் காதில், "அந்த ஏலியன் பெண் ஒரு கடிதம் கொடுத்திருக்கிறாள்" என்றார்.

ராகுல் அவசரமாக, "கடிதமா... யார்கிட்ட... அதில் என்ன எழுதியிருக்கிறது?" எனப் பதறினார்.

"தமிழில் எழுதப்பட்டிருக்கிறது... ஆனால், அது யாருக்கும் புரியவில்லையாம்."

தமிழ்மகன் | 147

28

கொலை செய்ய வருகிறாள் என்று அஞ்சி நடுங்கியவனின் கையில் அவள் சுடச்சுட ஒரு கடிதம் கொடுப்பாள் என வினோத் கனவிலும் நினைக்கவில்லை. அந்தத் தாளைக் கொடுத்துவிட்டு அவள் பார்த்த பார்வையில் ஏதோ ஏக்கம் இருந்ததை அவன் கவனித்தான்; அல்லது கோபம் போலவும் தெரிந்தது. அதன்பிறகு சர்வசாதாரணமாக வழக்கம் போலச் சுவரில் புகுந்து மறைந்துவிட்டாள். மிரண்டு போன டாக்டர், எல்லோரையும் அவிழ்த்துவிடச் சொல்லிவிட்டு வெளியே ஓடினார். ராமநாதன் சொல்லித்தான் அவர் போலீஸில் போய் சரண்டர் ஆனது தெரியும்.

அவள் கொடுத்துவிட்டுப்போன காகிதத்தில் இருப்பது உடனுக்குடன் காவல் துறையினருக்குத் தெரிவிக்கப்பட்டு வாட்ஸ்அப் ரூபத்தில் சில நொடிகளில் உலகம் முழுக்க எட்டியது.

எல்லாம் தமிழ் எழுத்துக்கள்தான். ஆனால், வார்த்தையாக எதுவும் புரியவில்லை.

எந்குன்

ங்துவஅ

கிஇந்ங்

ருங்தேகு

எசேவவி

ன்ர்ர்ரை

னைப்யாவி

ச்பர்ல்?

தமிழாராய்ச்சித் துறையினர் பலருக்கும் வேகமாக இந்த எழுத்துகளை அனுப்பி, இது என்னவென்று படிக்கச் சொல்லிக் கேட்டனர். ஒரு சீர் ஆசிரியப்பா வகையைச் சேர்ந்த பாடலா... ஒவ்வொரு எழுத்துமே ஒவ்வொரு வார்த்தையா... சும்மா கிறுக்கிக் கொடுத்துவிட்டுப் போனாளா... சங்கேத மொழியா? எதுவுமே புரியவில்லை.

டெல்லி பிரஸ் மீட்டில் பத்திரிகையாளர்கள் மத்தியில் தோன்றியவள், அடுத்த நொடியே நுங்கம்பாக்கத்தில் தாங்கள் அடைத்து வைக்கப்பட்டிருந்த ஆஸ்பத்திரிக்கு வந்து சேர்ந்தது மனோவேகச் செயலாக இருந்தது. வினோத்துக்கு இன்னும் பிரமிப்பு அகலவில்லை. லக்ஷ்மியையும் குழந்தையையும் பத்திரமாக ரம்யாவின் வீட்டில் ஒப்படைத்துவிட்டு, அடுத்து என்ன செய்வதென்று திகைப்பில் இருந்தவனுக்கு, தான் ஓரிடத்தில் வேலை பார்ப்பது நினைவுக்கு வந்தது. அனிடூனுக்குச் சென்றான். ரம்யா அங்குதான் இருந்தாள். நடந்த கதையைச் சொல்ல வெகு நேரம் ஆகும் என்பதால் அவளும் கேட்கவில்லை; அவனும் சொல்லவில்லை.

துண்டுத்துண்டாக சில கேள்விகள் மட்டும் கேட்டாள். "பூங்குழலி மாடல் முடிஞ்சுடுச்சா... விக்னேஷ்கிட்ட நாகப்பட்டினம் புதை மணல் கிரியேட் பண்ணச் சொன்னமே, என்னாச்சு?" போன்ற கேள்விகள். எல்லாமே பொன்னியின் செல்வன் சம்பந்தப்பட்டவை. எப்படித்தான் உடனடியாக வேலையில் மூழ்க முடிகிறதோ? இன்னும் பத்து நொடிகளில் உலகமே அழியப் போகிறது என்ற நெருக்கடியிலும் ஏதோ ஒரு பட்டனை அழுத்தி, டிஸ்ப்ளே ஸ்கிரினில் பாஸ்வேர்டைச் சொல்லி... அழிவு நெருங்குவதற்கு ஒரு நொடிக்குமுன்பு உலகைக் காப்பாற்றும் ஜேம்ஸ்பாண்டு பாணியில் ரம்யா வேலையில் மும்முரமாக இருந்தாள்.

அவளுடைய ஒவ்வொரு கேள்விக்கும் சம்பந்தமே இல்லாமல், வினோத் அவன் பங்குக்கு ஒவ்வொரு தகவலாகச் சொல்லிக் கொண்டிருந்தான்.

"டாக்டர் குமரேசனின் ஹாஸ்பிடல்லதான் எல்லோரையும் கடத்தி வெச்சிருந்தாங்க. லக்ஷ்மிதான் டாக்டரைக் கொன்னுருப்பாள்னு சந்தேகம் அவங்களுக்கு."

"ம்... ம்... கிளம்பறதுக்கு முன்னாடி ரிக்கிங் கொஞ்சம் சரி பார்த்துடுங்க."

"பார்த்துடுறேன். அங்க ஏலியன் பொண்ணு வந்ததால நாங்க தப்பிச்சோம்."

"அப்படியா? ரெண்டு மாச ஒர்க் டிலே ஆகிடுச்சு. எல்லாரும் தினமும் ஒரு மணி நேரம் எக்ஸ்ட்ரா வேலை பார்த்தாத்தான் முடியும்."

அதற்குமேல் அவனால் பொறுக்க முடியவில்லை. "ரம்யா... நான் என்ன சொல்லிக்கிட்டு இருக்கேன். நீ என்ன பேசுறே? உன் கடமை உணர்ச்சிக்கு எல்லையே இல்லையா?"

ரம்யா அமைதியாக அவனைப் பார்த்தாள். "எனக்கு அதைப் பத்தி யோசிக்கவே பயமா இருக்கு வினோத். நான் எதையாவது நினைச்சு, அது அந்த ஏலியனுக்குத் தெரிஞ்சு, இன்னொரு கொலை பண்ணிடப் போகுதோன்னு பயந்து நடுங்கிக்கிட்டு இருக்கேன். 'மருந்து சாப்பிடும்போது குரங்கை நினைக்காதே'ன்னு சொன்ன மாதிரிதான். அது ஞாபகமாவே இருக்கு. நீயும் வந்ததிலிருந்து அதையே பேசிக்கிட்டு இருக்கே. எனக்கு அதைப்பற்றிப் பேசவே நடுக்கமா இருக்கு."

"ஆனா... அது ஒரு பேப்பர்ல என்னவோ எழுதிக் கொடுத்தது. அது என்னன்னு தெரிஞ்சுட்டா, இந்தப் பிரச்னைக்கெல்லாம் விடிவு கிடைச்சுடும்."

"நீ வர்றதுக்குக் கொஞ்ச நேரத்துக்கு முன்னாடி டி.வி-யில அதைக் காட்டினாங்க. அது என்னன்னே புரியலை."

"ரம்யா... அந்த ஏலியன் என்கிட்ட அதை ரொம்ப நம்பிக்கையோட குடுத்த மாதிரி இருக்கு."

"வேண்டாம் வினோத். அதை போலீஸ்கிட்ட குடுத்துட்ட இல்ல. அவங்க பாத்துக்குவாங்க... நமக்கு அந்தத் தொல்லையே வேண்டாம். அது யாரை வேணா கொன்னுக்கட்டும். போலீஸ் அதை எப்படியாவது பிடிச்சுக்கட்டும். சயின்டிஸ்டுங்க பாடு. போலீஸ் பாடு."

அவள் மேற்கொண்டு எதுவும் பேச விரும்பாமல் எழுந்து, வேகமாக அவளுடைய கேபினுக்குச் சென்றுவிட்டாள். ரம்யாவின் மனநிலையைப் புரிந்துகொள்ள முடிந்தது. காரணம், அவளைப் போலவே இருந்த ஆபத்து.

அந்த ஏலியன் பெண் கொடுத்த எழுத்துக்களை வைத்து எத்தனை வார்த்தைகளை உருவாக்க முடியும் என யோசித்தான் வினோத். மூன்று எழுத்துக்களை வைத்து ஆறு மூன்றெழுத்து வார்த்தைகளை உருவாக்க முடியும். ஐந்து எழுத்துக்கள் என்றால் 120 வார்த்தைகளை உருவாக்க முடியும். ஒவ்வொரு அடியிலும்

நான்கு நான்கு எழுத்து 1*2*3*4= 24 வார்த்தைகள். மொத்தம் எட்டு வரிகள்... 8*4=32 எழுத்துகள்... 1*2*3*... 31*32 நிதானமாக ஒவ்வொரு வரியாக 24 விதமாக எழுதிப்பார்க்க நினைத்து அமர்ந்தான். கொஞ்ச நேரத்திலேயே மண்டை வலி எடுத்து அப்படியே கட்டிலில் நெட்டுக்குத்தாக விழுந்து உறங்கிப் போனான்.

காலையில் ரம்யாவுக்குப் போன் செய்து இந்த எழுத்துக்களை வரிசையாகச் சொல்லி, "இதில் எத்தனை வகையான காம்பினேஷன் உருவாக்க முடியும்" எனக் கேட்டான்.

"n ஃபேக்டோரியல் கண்டுபிடிக்க சாஃப்ட்வேர் இருக்கிறது. நெட்டில் போய்ப் பார்." உதவும் எண்ணமே இல்லாமல் சொன்னாள். குரலில் லேசாக வெறுப்பு இருந்ததை அவனால் உணர முடிந்தது. நிகழ்தகவு கண்டுபிடிக்கிற சாஃப்ட்வேர் ஒன்றை எடுத்து, மொத்த எழுத்துக்களையும் கொடுத்தான். அது அதில் மொத்தம் 32 எழுத்துக்கள் இருப்பதாக உறுதிப்படுத்திக்கொண்டு, நீண்ட கணக்குப் போட்டு, 36 டிஜிட் கொண்ட ஓர் எண்ணைச் சொன்னது. பில்லியன், ட்ரில்லியன் தாண்டி ஏதோ அதற்கு ஒரு பெயர் இருக்கலாம். பல ட்ரில்லியன் வார்த்தைகள் இருக்கின்றன என்ற நினைப்பே கண்களைச் சொருக வைத்தது. அத்தனை ட்ரில்லியன் வார்த்தைகளிலிருந்து எடுத்துக் கோத்து ஒரு வாக்கியம் செய்வது இந்த ஜென்மத்தில் சாத்தியம் இல்லை. ஆராய்ச்சியை அப்படியே விட்டுவிட்டு காலையில் மறுபடி தூங்கினான். அது தூக்கமில்லை... மயக்கம்.

எண் மயக்கம் தெளிந்து மீண்டும் எழுந்தான். மனம் தளர விருப்பமில்லை. பைக்கை எடுத்துக்கொண்டு அனிடூன் மீடியா நோக்கிப் போனான். பைக் ஓட... சிந்தனையும் ஓட... ஆபீஸில் இருக்கிற அத்தனை பேரையும் பயன்படுத்தினால் பத்து நாள்களுக்குள் ஓரளவுக்கு அவள் சொன்ன சங்கேத வார்த்தையைக் கண்டுபிடித்துவிட முடியும் என யோசித்தான். வழியில் சாஃப்ட்வேர் சொல்யூஷன் என போர்டைப் பார்த்து பைக்கை நிறுத்தினான். அந்த கம்ப்யூட்டர் சென்டருக்குள் நுழைந்ததும் நாலா பக்கத்திலுமிருந்து பெண்கள் வணக்கம் தெரிவித்தபடி நெருங்கிவந்தனர்.

"ஒரு ஹெல்ப் வேணும்... என்கிட்ட இருக்கிற எழுத்துக்களை வெச்சு என்னென்ன வார்த்தைகள் உருவாக்க முடியும்னு தெரியணும்."

"என்ன சொல்றீங்க?" லிப்ஸ்டிக் உதடுகள் ஒன்றோடு ஒன்று ஒட்டாமல் ஒருத்தி பேசினாள்.

வாட்ஸ் அப் மெசேஜைக் காட்டினான்... "இது என்னன்னு கண்டுபிடிக்கணும்."

“தட் ஏலியன் கோட்? ‘ஙங் ஜம் ஜின்’னு... ஒண்ணுமே புரியலை! ஏதோ ஜப்பான்காரியா இருப்பாளோ?” என்றாள். “நேத்தே நாங்கல்லாம் ட்ரை பண்ணிப் பார்த்துட்டோம்...” என சில பேப்பர்களைக் காட்டினாள். அவர்கள் ஆளாளுக்கு முயற்சி செய்த வார்த்தைகள் அதில் இருந்தன. உலகம் முழுக்கத் தமிழர்களுக்கு இது ஒரு புதிர் போல இருந்திருக்கலாம்.

இன்னொரு பெண் வந்து, “மீனிங்ஃபுல்லா ஒண்ணும் வரலை. இங்கிலீஷ் லெட்டர்ஸா இருந்தா, இந்த லெட்டர்ஸை வெச்சு எத்தனை வார்த்தை உருவாக்கலாம்னு சொல்ல முடியும். அதுவும்கூட ஓரளவுக்குத்தான். தமிழ்ல நோ சான்ஸ்” என்றாள். ஒவ்வொரு பெண்ணாக ‘இது வருமானத்துக்கு வழியில்லாத கேஸ்’ என விலகிப் போய் முன்னர் இருந்த இடங்களில் நின்றுகொண்டனர்.

விரக்தியோடு ஆபீஸ் வந்தான். வேலைக்கு நடுவே ஒவ்வொரு வார்த்தையாக உருவாக்கிப் பார்த்தபடியே இருந்தான். எங்கேயோ இதற்கு விடை இருக்க வேண்டும். பல வார்த்தைகள் பொருளற்றவையாக இருந்தன. பொருளற்ற வார்த்தைகளை மார்க்கர் கொண்டு அடித்துக்கொண்டே வந்தான்.

அந்த ஏலியன் பெண் கொடுத்த வார்த்தைகளை வாட்ஸ் அப்பில் பார்த்தான். பார்த்துக்கொண்டே இருந்தான். பார்த்... ஜப்பான்காரியா இருப்பாளோ? ஒரு கணம் அவனை உலுக்கியது. ஜப்பான்காரியேதான்!

“ஓ மை காட்” என்றான். அவன் கத்திய கத்தலில் முத்துராஜா முதற்கொண்டு அனைவரும் ‘என்ன’ என நெருங்கி வந்து பார்த்தனர்.

“கண்டுபிடிச்சுட்டேன்.”

வினோத் உற்சாகமாகச் சொன்னான்.

29

ர்க்கால நடவடிக்கைகள் போல எல்லாம் நடந்திருந்தன. அரசு இயந்திரத்தின் அதிவேக சுழற்சியை அந்த இரவில்தான் வினோத் முழுமையாக அறிந்தான். ரம்யா வழக்கு தொடர்புடைய அனைவருக்கும் அவசரமாகத் தகவல் தெரிவிக்கப்பட்டு, இரவோடு இரவாக பலரையும் ஏர்போர்ட்டுக்கு அழைத்துச் சென்றனர். அங்கிருந்து டெல்லி. பிறகு ஜெனீவா என அரசு அதிகாரிகளின் கண்காணிப்பில் ஒரு நேர்த்தியோடு எல்லாம் நடந்தன.

சம்பந்தப்பட்ட எல்லோரையும் ஜெனீவாவுக்கு வரவழைக்க வேண்டிய வேலையைக் கவினிடம்தான் கொடுத்திருந்தனர். ஒரு தனி விமானத்தில் அவர்களை அழைத்து வருவதற்கான திட்டத்தை அவன்தான் வகுத்தான். சென்னையின் பதற்றம் செர்ன் அமைப்புக்குத் தொற்றுவதற்குச் சற்றே தாமதமாகிவிட்டாலும், ஆபத்தை எல்லோரைவிடவும் அதிகமாக அவர்கள் உணர்ந்திருந்தனர். பேரலல் யூனிவர்ஸ் தியரி ஒரு கிலியையும் தெளிவையும் ஒரே நேரத்தில் ஏற்படுத்தியிருந்தது. இதோ இப்போது வினோத், ரம்யா, தீபா, ராகுல், அவரின் ஐ.ஐ.டி சக அறிவியலாளர்கள், காவல்துறை அதிகாரிகள், அரசு அதிகாரிகள், பிரதமர் அலுவலக அதிகாரிகள், உதவியாளர்கள்... எனப் பெரும் பட்டாளம் ஆகாயத்தில் மிதந்து கொண்டிருந்தது.

வினோத்துக்குப் பக்கத்து இருக்கையில் ரம்யா அமர்ந்திருந்தாள். பயம், குளிர் எல்லாம் கலந்த நடுக்கத்தில், அவள் வினோத்தின் ஜெர்கி னோடு சேர்த்து அவனுடைய கையை அணைத்துப் பிடித்திருந்தாள். அந்த மெத்தென்ற பாதுகாப்பில், விழித்தபடி

உறங்க முடிவதை உணர்ந்தாள். அவளுடைய தலைமுடியைக் கோதி புன்னகைத்தான் வினோத்.

“சாரி வினோத்... நீ எவ்வளவோ கேட்டப்பவும் உனக்கு ஹெல்ப் பண்ணாம இருந்துட்டேன். எப்படி கண்டுபிடிச்ச?” என்றாள். தலைக்கு மேலே இருந்த சிறிய விளக்கை ஒளிரச் செய்து, வாட்ஸ்அப் சேமிப்பில் இருந்த வேற்றுகிரக பெண்ணின் கடித எழுத்துக்களைக் காட்டினான்.

“சிம்பிள்... டென்ஷன்ல இதைக் கண்டுபிடிக்க முடியாமப் போச்சு. என்னைப் போல கண்டுபிடிச்ச சிலரும் அதை எப்படி, யாரிடம் சொல்வதென்று யோசித்துத் தயங்கியிருக்கலாம். இதைப் படி.”

படித்தாள்.

‘எந்குன்

ந்துவஅ

கிஇந்ங்

ருங்தேகு

எசேவவி

ன்ர்ர்ரை

னைப்யாவி

ச்பர்ல்?’

“புரியலை.”

“இதை முதல்ல பெர்முடேஷன் காம்பினேஷன் மெத்தட்ல ட்ரை பண்ணினேன். ஆனா, அதில பல ட்ரில்லியன் வார்த்தைகள் வரும்னு தோணுச்சு. எப்படியும் கண்டுபிடிக்கணும்னு நினைச்சேன். ஒரு கம்ப்யூட்டர் சென்டர்ல கேட்டேன். ‘என்ன சார்? ஒண்ணுமே புரியலை... ஜப்பான்காரியா அவள்’னு ஒரு பொண்ணு சொல்லுச்சு. பல்ப் எரிஞ்சது. ஜப்பான் மொழி எழுத்துகளை மேல இருந்து கீழே எழுதற மெத்தேட் உண்டு. மேல இருந்து கீழே படிச்சுப் பார்த்தேன். கொஞ்சம் அர்த்தம் வர்றாப்ல சில வார்த்தைகள் தோணுச்சு. எங்கு, என்னை, சேர்ப்பர், அங்கு, விரைவில்...”

“ஆமாம்பா...”

“இன்னொரு விஷயம் புரிஞ்சுது. நான்கு நான்கு எழுத்து, நான்கு நான்கு வரிகளாதான் அந்த யூனிவர்ஸ்ல எழுதுவாங்கன்னு கண்டுபிடிச்சேன். முதல் நான்கு வரிகளை முதல்ல படிக்கணும். அப்புறம் அடுத்த நான்கு வரிகளைப் படிக்கணும்.” வினோத் அந்த சொற்களை நான்கு நான்கு வரிகளாகப் பிரித்துக் காட்டினான்.

“இப்ப படி.” முதல் நான்கு வரி இப்படி இருந்தது.

‘எந்குன்.

ங்துவஅ

கிஇந்ங்

ருங்தேகு’

ரம்யா வேகமாகப் படித்தாள்... “எங்கிருந்து இங்கு வந்தேன். அங்கு... சூப்பர்.”

“இப்ப அடுத்துபடி...”

‘எசேவவி

ன்ர்ர்ரை

னைப்யாவி

ச்பர்ல்?’

“என்னைச் சேர்ப்பவர் யார், விரைவில்... அவ அவளோட யூனிவர்ஸுக்குப் போக விரும்புறா.”

“ஆமா. நம்முடைய யூனிவர்ஸுக்கும் அவங்களுக்கும் இப்படிச் சின்ன வித்தியாசம் இருக்கும்னு தோணுது. தமிழ் இருக்கும்... ஆனா அதைப் பேசுவதிலும் எழுதுவதிலும் சில மாற்றங்கள் இருக்கும்.”

“ஆச்சர்யமா இருக்கு. என்னன்னா, இதில நானே சம்பந்தப்பட்டதனால இவ்வளவு நாளா ஆச்சர்யப்படவே இல்லை.”

“நம்ம யூனிவர்ஸ் தோன்றி சில நொடிகள்ல அந்த யூனிவர்ஸ் தோன்றியிருக்கலாம். இதில தோன்றிய எல்லாமும் அதிலும் இருக்கலாம்னு சொல்றாங்க.”

“அப்ப நீயும் அங்க இருப்பியா?”

“நீ இருந்தா நானும் இருப்பேன்தானே?” வினோத் குரலில் மகிழ்ச்சி.

“நம்மைப் போலவேதான் அவங்களும் இருப்பாங்களா?”

“அப்படீன்னா?”

“அதாவது நாம இப்ப இருக்கிற மாதிரி...” ரம்யாவுக்கு முகம் சிவந்துவிட்டது. அவன் தோளில் புதைந்துகொண்டாள்.

“செர்ன்ல எல்லாம் நல்லபடியா முடிஞ்சுட்டா நல்லாருக்கும்.”

“வந்து பொன்னியின் செல்வன் முதல் பாகம் முடிச்சுடுவேன்.” ரம்யா அனிடுன் மூடிலேயே இருந்தாள்.

“கடைசி அத்தியாயம்தான் பாக்கி இல்லையா?”

தமிழ்மகன் | 155

“மாயமோகினி.”

“ஏன் அவளை ஞாபகப்படுத்துறே?”

“நான் கல்கி எழுதின கடைசி அத்தியாயம் தலைப்பைச் சொன்னேன்.”

“உஃப்” என்றபடி இல்லாத நெற்றி வியர்வையைத் துடைத்துக்கொண்டான் வினோத்.

செர்ன் ஆராய்ச்சிக்கூடத்தில் அவர்கள் எந்த உலோகக் கருவிகளின் பரிசோதனைகளுக்கும் ஆட்படாமல் உள்ளே அழைத்துச் செல்லப்பட்டனர். மிகப் பெரிய... மிக நீண்ட டர்புலன்ஸ் அமைப்பை சில நிமிடங்களில் பவர் பாயின்ட் பிரசன்டேஷன் போல காட்டினர். இன்றைய தினம் அந்த ரியாக்டரில் அணுத்துகள்களை மோதச் செய்து கடவுள் துகளை உருவாக்க இருப்பதைச் சொன்னார் ஆரஞ்சு நிறத்தில் இருந்த ஓர் ஐரோப்பியர். எல்லோரும் தயாராக நிமிர்ந்து உட்கார்ந்தனர். ஒரு லண்டன் விஞ்ஞானி அவசரமாக வந்து அவர் காதைக் கடித்தார். அந்த ஆரஞ்சு ஐரோப்பியர் கொஞ்சம் வெளிறியது தெரிந்தது.

“இங்கே இருப்பது மொத்தம் 34 பேர். ஆனால், ஹியூமன் சென்சர் 35 பேர் காட்டுகிறது. இதைத்தான் மிஸ்டர் ஜான் சொன்னார்.” அந்த ஆரஞ்சு விஞ்ஞானி நிறுத்தி எல்லோர் முகத்தையும் பார்த்தார். “அதற்காக யாரும் அஞ்ச வேண்டாம். இந்தியாவிலிருந்து நீங்கள் வந்த விமானத்திலேயே ஆட்களின் எண்ணிக்கையில் ஒன்று அதிகமாகத்தான் இருந்தது. நடுவானில் அச்சம் தர வேண்டாம் என்பதனால்தான் தெரிவிக்கவில்லை.”

வினோத் வியப்புடன் ரம்யாவைப் பார்த்தான்.

விஞ்ஞானி தொடர்ந்தார். “இப்போது அணுத்துகள் சிதறலின் போது இங்கு வந்திருக்கும் அந்தப் பிரபஞ்சப் பெண், மீண்டும் அவருடைய பிரபஞ்சத்துக்குச் செல்வதற்கான வாய்ப்பு 99.99 சதவிகிதம் உள்ளது. அவள் விரும்புவதும் அதைத்தான் என்பது அவள் தந்த கடிதம் மூலம் தெரிந்தது.”

பேராசிரியர் ராகுல் எழுந்தார். “நாம் சொல்வது அந்தப் பெண்ணுக்குப் புரியும் என்றால் தமிழிலேயே சில விஷயங்களைச் சொல்வது நல்லது” என கவினைப் பார்த்தார்.

ஆமோதித்து எழுந்தான் கவின்.

“அந்தப் பிரபஞ்சப் பெண் மீண்டும் சென்றுவிடுவாள் என்று பேராசிரியர் புரூனோ சொன்னார். ஸ்டீபன் ஹாக்கிங் பல ஆண்டுகளாக வற்புறுத்தி வந்த வார்ம் ஹோல் நமக்குத் தெரிய வந்திருக்கிறது. வருங்காலங்களில் நாம் அவர்களோடு தொடர்பில்

இருக்க முடியும் என்ற நம்பிக்கை இருக்கிறது. நமக்கும் அவர்களுக்கும் சில வித்தியாசங்கள் இருக்கும். உதாரணத்துக்கு இங்கே மதவாதம் பேசுகிற ஒருவர், அங்கே இங்கர்சால் கொள்கைகளில் மிகுந்த பற்று உள்ளவராக இருப்பார். அதாவது, கடவுள் நம்பிக்கை இல்லாதவராக…”

அந்தச் சூழ்நிலையிலும் சிலர் சிரித்தனர்.

ராகுல் குரலைச் செருமி, “தமிழில்” என்றார்.

கவின் சிரித்தான். “இப்ப நான் முழுக்க அந்த இன்னொரு ரம்யாவுக்காகப் பேசறேன். உனக்காகத்தான் இந்த ரியாக்டரை இயக்குறோம். ஒன்றும் ஆபத்தில்லை. நீ மறுபடி அங்க போயிடலாம். எங்களைப் பத்தி நல்லவிதமா எடுத்துச் சொல்லலாம். இங்கும் அங்கும் இருக்கிற வித்தியாசங்களைச் சுமந்துக்கிட்டுப் போ. தெரிவி. நீ ஏதாவது பேசணும்னாலும் பேசலாம்.”

எல்லோரும் திசைக்கொருவராகப் பார்த்துக் கொண்டிருந்தனர். எந்த சத்தமும் எங்கிருந்தும் எழவில்லை. அரங்கு நிறைந்த அமைதி.

ராகுல் அப்போது ஜானுக்கு சைகை செய்தார், டர்புலன்ஸ் ரியாக்டரை இயக்கலாம் என. அவர் பொறியாளர் குழுவுக்கு பட்டனை அழுத்தி அனுமதி அளிக்க… சில நிமிடங்களில் அந்த அறைக்குள் இருந்து ஏதோ ஒன்று குறைந்ததை மானசீகமாக உணர்ந்தனர். அதே நேரத்தில் மெல்லிய குரல் ஒன்று அங்கே ஒலித்துத் தேய்ந்தது… “நான் ரம்யாவாக இருக்கிறேன்!”

ஹியூமன் சென்ஸர் கவுன்டரில் இப்போது ஒரு நபர் குறைந்ததை உறுதிப்படுத்திக் கொள்ளும் ஆர்வத்தோடு அந்த ஒளிர் பலகையைப் பார்த்தனர்.

“ஓ மை காட்” ஜான் அதிர்ந்தார்.

இரண்டு எண்ணிக்கை குறைந்திருந்தது. ஒருவர், அந்த இன்னொரு ரம்யா. இன்னொருவர்? ஒவ்வொருவரும் அவரவர் அன்பர்களைத் தேடினர். தீபா சுதாரித்து, “கவின்” என அலறினாள். கவினைக் காணவில்லை.

அவனை எப்படியும் மீட்டு விடுவோம் என விஞ்ஞானிகள் நம்பிக்கை தெரிவித்த அதே நேரத்தில்… கவின், ஓர் உயர்ந்த கட்டடத்தின் உச்சியில் இருந்த படி மக்களின் நடமாட்டத்தைப் பார்த்துக் கொண்டிருந்தான். நகரம் சுத்தமாக இருந்தது. சாலைகளுக்கு நிகராக ஆறுகள் இருந்தன. எந்த வாகனத்துக்கும் சக்கரங்கள் இல்லை. இன்னொரு கவின் அங்கே மீன் பிடித்துக் கொண்டிருப்பதைப் பார்த்தான்.

• நிறைவு •